अंतर्मनाच्या शक्तीपलीकडील आत्मबळ

Power Beyond Your Subconscious Mind

मनाचे प्रशिक्षण आणि पाच शक्ती

सरश्री

सकाळ प्रकाशन

सकाळ प्रकाशन

अंतर्मनाच्या शक्तीपलीकडील आत्मबळ

Antarmanachya Shaktimagil Aatmabal
by Sirshree Tejparkhi

'अवचेतन मन की शक्ति के पीछे आत्मबल' या मूळ हिंदी पुस्तकाचा मराठी अनुवाद

Tejgyan Global Foundation is a charitable organisation having its headquarter in Pune, India.

पहिली आवृत्ती : ऑगस्ट २०१५

पाचवी आवृत्ती : डिसेंबर २०२२

सहावी आवृत्ती : एप्रिल २०२३

प्रकाशक : सकाळ मीडिया प्रा. लि.
५९५, बुधवार पेठ, पुणे ४११ ००२.

मांडणी : आर्ट ॲडव्हर्टायझिंग, पुणे

मुखपृष्ठ : डॅशि

ISBN : 978-93-84316-52-5

संपर्क : ८८८८८ ४९०५० / ०२०-२४४०५६७८
sakalprakashan@esakal.com

मनाचं प्रशिक्षण आणि पाच शक्ती

खाणीमध्ये मिळणारा काळा कोळसा म्हणजे कार्बनचं एक रूप. याच कार्बनचं सर्वात कठीण रूप म्हणजे हिरा. कोळशापासून हिरा बनण्यासाठी त्या कार्बनला कितीतरी प्रक्रियांमधून जावं लागतं, तसंच आहे आत्मवीराचं. आत्मवीर व्हायचं म्हणजे बाह्यमनावर, अंतर्मनावर प्रक्रिया करावी लागते. प्रस्तुत पुस्तकात याच प्रक्रियांची ओळख वाचकांना करून दिलेली आहे.

बेस्टसेलर पुस्तक 'विचार नियम'चे रचनाकार 'सरश्री' यांची अन्य श्रेष्ठ पुस्तके

अध्यात्मिक विकास साधण्यासाठी या पुस्तकांचा लाभ घ्यावा

* ध्यान दीक्षा - ध्यानाचे दान -'स्व' साक्षीचं ज्ञान
* संपूर्ण ध्यान - २२२ प्रश्न
* ध्याननियम - आध्यात्मिक उन्नतीचा दिव्यमार्ग
* मृत्यू उपरांत जीवन - मृत्यू मोका की धोका
* ईश्वर कोण मी कोण - आत्म साक्षात्काराचा मार्ग
* The मन - कसे बनावे मनः नमन, सुमन, अमन आणि अकंप
* निःशब्द संवाद एक जादू - जीवन जगण्याचे १११ उपाय
* आत्मनिर्माण - पीस बाय पीस
* कसं प्राप्त कराल - ईश्वराचं मार्गदर्शन
* मोक्ष - अंतिम साफल्याचा राजमार्ग
* शोधयात्रा - ईश्वरप्राप्तीची सात पावलं
* मृत्यू अंत नव्हे वाटचाल... पारटूचं रहस्य
* कर्मयोग नाइन्टी - प्रत्येकाची गीता वेगळी आहे
* साद मानवतेची - स्वभाव हाच धर्म
* तुझी इच्छा तीच माझी इच्छा

युवकांनी या पुस्तकांचा लाभ घ्यावा

* आजच्या युवा पिढीसाठी - विचारनियम फॉर युथ
* नींव नाइन्टी फॉर टीन्स् - बेस्ट कसे बनाल
* नवरामायण फॉर टीन्स् - श्रीरामांकडून काय शिकाल

या पुस्तकांद्वारे प्रत्येक समस्येचं समाधान प्राप्त करा

* स्वीकाराची जादू - त्वरित आनंद कसा प्राप्त करावा
* भय, चिंता आणि क्रोध यांपासून - मुक्ती

स्वविकासासाठी या पुस्तकांचा लाभ घ्यावा

* विचार नियम - आपल्या यशाचे रहस्य
* नींव नाइन्टी - नैतिक मूल्यांची संपत्ती
* स्वसंवाद एक जादू - आपला रिमोट कंट्रोल कसा प्राप्त करावा
* संपूर्ण लक्ष्य - संपूर्ण विकासाची गुरुकिल्ली
* निर्णय आणि जबाबदारी - वचनबद्ध निर्णय आणि जबाबदारी कशी घ्यावी
* ३६५ प्रेरणादायी तेजवाक्ये - आनंदी विचार
* नोकरी ईश्वराची - कथा तुमचीच
* जाऊ आनंदाच्या गावा - तोडू तणावाचा पिंजरा
* बोरडम, मोह, अहंकार यांपासून मुक्ती - सूक्ष्म विकारांवर विजय
* आळसावर मात - उत्साही जीवनाची सुरुवात
* रचनात्मक विचारसूत्र - नाविन्यपूर्ण विचारांद्वारे जीवन बदलण्याचा मार्ग
* धीराचे धनवान बना - संतुलित जीवन संगीत
* मधुर नात्यांकडे वाटचाल
* कशी मिळेल इच्छांपासून मुक्ती
* महापुरूषांच्या लेखणीतून...
* A to Z २६ सूत्र - परिपूर्ण जीवनासाठी
* महापुरूषांची जीवनगाथा - आविष्कार १२ शक्तींचा
* विकास नियम - आत्मसंतुष्टीचं रहस्य

या आध्यात्मिक कादंबऱ्यांद्वारे जीवनाचे गूढ रहस्य जाणा

* योग्य कर्मांद्वारे यशप्राप्ती - सन ऑफ बुद्धा
* शोध स्वतःचा - In Search of Peace
* पृथ्वी लक्ष्य - मृत्यूचं महासत्य
* दुःखात खुश राहण्याची कला - संवाद गीता

अंतर्मनाला जागृत करणाऱ्या पाच शक्ती

पाच आध्यात्मिक शक्तींचा स्वामी

पुस्तकाला सुरुवात करण्याआधी आपण मुखपृष्ठामागे देण्यात आलेलं चित्र पाहू या. आपण ज्या योद्ध्याचं चित्र पाहताय, तो आहे 'आत्मवीर'. आपल्यात दडलेला आंतरिक वीर समजून घेण्यासाठी हे 'आत्मवीर' नावाचं काल्पनिक पात्र तयार केलं आहे. या वीराच्या आत्म्यातून, अंतर्मनातून आध्यात्मिक शक्तींचा उदय झालेला असल्यानं याचं नाव 'आत्मवीर' आहे.

आपण बघितलं असेल, हा 'आत्मवीर' ध्यानाच्या मुद्रेत बसलेला आहे. पण नीट पाहिलंत तर लक्षात येईल, की तो अस्त्र-शस्त्रांच्या काटेरी सिंहासनावर बसलेला आहे. अशा सिंहासनावर बसून ध्यानात मग्न होणं शक्य आहे का? हो, जर आपणही अंतर्यामी लपलेल्या आत्मवीराला जागं केलं तर... आपणही आपल्या अंतर्मनाची शक्ती जाणून घेतली तर...

आपल्या अंतरंगात असलेल्या आत्मवीराला जागं करायचं असेल, तर अंतर्मनाच्या पाच मुख्य शक्ती जाणून घ्यायला हव्यात. या शक्तींना आपण आध्यात्मिक शक्ती म्हणू यात. या शक्ती चित्रामध्ये प्रतीकात्मक रूपात दाखवलेल्या आहेत. चित्रात काय दिसतं? एक सिंह, आत्मवीराच्या गादीवर एका कडेला ठेवलेलं चुंबक, दुसरीकडे ठेवलेला अंकुश, त्याच्या हातात कमळाचं फूल आणि डोक्यावर असलेला तेजस्वी मुकुट! ही सगळी पाच आध्यात्मिक शक्तींची प्रतीकं आहेत. एकेका शक्तीचं नाव वाचताच आपल्याला या प्रतीकांचा अर्थ लक्षात येईल.

आत्मवीराच्या सिंहासनाच्या पुढे सांबराचं कापलेलं मस्तक ठेवलेलं आहे. हे प्रतीक आहे आपल्या मनाचं! मनाच्या जुन्या वृत्ती, सवयी, पॅटर्न्स आध्यात्मिक शक्ती प्राप्त करण्यात बाधा बनतात. मनाच्या या पॅटर्न्सचं रूप आहेत, सांबराची शिंगं! जो मनुष्य मनाच्या या बाधांपलीकडे जाऊन, स्वतःच्या मनावर अंकुश ठेवून आध्यात्मिक शक्ती प्राप्त करतो त्याला 'आत्मवीर' असं म्हटलं जातं. म्हणूनच मनावर विजय मिळवलेल्या आत्मवीराच्या पायाशी हे मस्तक ठेवलेलं आहे.

प्रस्तुत पुस्तकामध्ये आपल्याला 'आत्मवीर' बनण्याचं ध्येय दिलं आहे. 'आत्मवीर' बनणं म्हणजेच आध्यात्मिक योद्धा बनणं. एक असा योद्धा जो आपल्या सर्व भावनांवर नियंत्रण ठेवतो, अंतर्मनाची शक्ती जागृत करून आपल्या अंतिम लक्ष्यापर्यंत म्हणजे आत्मसाक्षात्कारापर्यंत पोहोचतो.

चला तर मग 'आत्मवीर' बनण्याच्या या प्रवासाला सुरुवात करू या.

●

अनुक्रमणिका

प्रस्तावना

जगात सर्वात शक्तिशाली कोण?

तत्त्वज्ञाला झालेला साक्षात्कार

दूरदेशीच्या शहरात एक तत्त्वज्ञ राहायचा. इतरांहून वेगळा विचार करण्याची कला असल्यानेच तो मनुष्य 'विचारवंत' म्हणून ओळखला जायचा. तो नेहमी सामान्य लोकांपेक्षा वेगळे, अनोखे विचार करायचा. पण त्याच्यात एकच कमतरता होती. ती म्हणजे, तो नेहमी कल्पनाविश्वातच रममाण व्हायचा. वास्तव जगात राहण्यापेक्षा काल्पनिक विश्वात रमायला त्याला खूप आवडायचं.

एका दुपारी तो मोकळ्या हवेत फिरण्यासाठी निघाला. चालत-चालत एका डोंगरावर जाऊन बसला आणि विचारांत हरवून गेला. विचार करता करता त्याच्या मनात अचानक एक प्रश्न चमकून गेला, 'आजचा मनुष्य इतका हतबल का झाला आहे? तो स्वयंप्रज्ञ का नाही? कधीपर्यंत तो असा शक्तिहीन, दुर्बल राहणार?' या प्रश्नांवर मनन करत असतानाच गार हवेच्या झुळकेनं त्याला झोप लागली आणि तो स्वप्नांच्या दुनियेत हरवला.

अचानक त्याला कुठूनतरी दुरून येणारे आवाज अगदी जवळ आल्यासारखे वाटले. हळूहळू त्याच्या लक्षात आलं, की त्याचे ओठ आणि दात यांच्यामध्ये जोरदार भांडण चालू आहे. तो बारकाईनं त्यांचं बोलणं ऐकू लागला.

ओठ दातांना सांगत होते, 'आम्हीच सर्वात शक्तिशाली आहोत.

आमच्यामुळेच तुम्ही आतमध्ये सुरक्षित राहता. आम्ही तुमच्यासाठी सुरक्षा कवचासारखं काम करतो. आम्ही नसतो तर हळूहळू तुम्ही कीड लागून पडला असता.'

तर दात आपल्या बाजूनं सांगत होते, 'आम्ही बत्तीस जण आहोत आणि सर्वात शक्तिशाली आहोत. आमच्या संपर्कात येणाऱ्या प्रत्येक गोष्टीचा आम्ही चावून चुरा करतो. तुम्हीही हे धाडस केलं, तर तुम्हालाही आम्ही कापून टाकू.'

जीभ आरामात त्यांचं भांडण ऐकत होती. दोघांच्या भांडणातून काहीच निष्पन्न झालं नाही. सरतेशेवटी ते जिभेकडे गेले.'आता तूच सांग, सर्वात शक्तिशाली कोण आहे?'

जिभेनं वळवळत सांगितलं, 'सर्वात शक्तिशाली तर मीच आहे.'

दोघांनी आश्चर्यचकित होऊन विचारलं, 'ते कसं काय?'

ओठांकडे वळून पाहत जीभ म्हणाली, 'मी जर तुम्हाला सतत ओलं केलं नाही, तर तुम्ही कोरडे पडून फाटून जाल.'

मग दातांकडे वळून ती म्हणाली, 'मी जर समोरच्या व्यक्तीला एखादा अपशब्द बोलले, तर तुम्ही बत्तीस जण एकाच वेळी तोंडातून बाहेर याल...'

'दात कठीण आहेत तर ओठ अहंकारी! म्हणूनच माझी शक्ती तुमच्यापेक्षा जास्त आहे. माझी चंचलता आणि लवचिकता यामुळेच मी सगळ्यात जास्त शक्तिशाली आहे. मी बोललेल्या शब्दांनी युद्धंही होऊ शकतात आणि शांती देखील प्रस्थापित होऊ शकते. माझ्यातली शक्ती अमर्याद आहे.'

हे ऐकून दात कडकडायला लागले आणि ओठ लाल होऊन चुळबुळ करायला लागले. या सगळ्या गोंधळानं तत्त्वज्ञ जागा झाला. स्वप्नातल्या गोष्टी त्याला अजूनही आठवत असल्याने आपल्या या कल्पनाशक्तीनं तो चकित झाला. आता त्याच्या मनात दुसरा प्रश्न निर्माण झाला, 'या जगात जिभेपेक्षाही शक्तिशाली कोण आहे?'

आपल्या या प्रश्नाचं उत्तर शोधण्यासाठी तो रानोमाळ भटकू लागला. सगळीकडं हिंडून-फिरूनही त्याला त्याच्या प्रश्नाचं उत्तर मिळालं नाही. मग एके दिवशी तो असाच निराश होऊन घरी परतला. आपल्या प्रश्नाचं उत्तर न मिळाल्याने बेचैन होऊन अंथरुणावर कूस बदलत राहिला. अर्धवट झोपेत त्याला जाणवलं, की आपण अंधारात चाचपडतोय. तो एका भिंतीला धडकला आणि पूर्ण खोली प्रकाशानं उजळून निघाली. भिंतीवर एका ध्यानमग्न मनुष्याचं चित्र होतं. प्रकाश चित्रातल्या त्या ध्यानमग्न व्यक्तीच्या डोळ्यामधून येत होता. शांत, निमग्न अशा

त्या व्यक्तीच्या चेहऱ्यावर अनोखं तेज झळकत होतं.

त्या तत्त्वज्ञाच्या अजून काही लक्षात येण्याआधीच त्याला एक आवाज ऐकू आला. त्याला आश्चर्य वाटलं, पण लगेच त्याला जाणवलं, त्याच्या मुखातून एकच शब्द वारंवार येतो आहे, 'आत्मवीर... आत्मवीर'.

एका झटक्यात तो स्वप्नातून बाहेर आला. पण तरीही तो एका अनोख्या, विचित्र अवस्थेतच होता. त्या अवस्थेत त्याच्या मनात कितीतरी प्रश्न निर्माण होत होते शिवाय त्याच्या हृदयातूनच त्याला प्रश्नांची उत्तरंही मिळत होती.

अनेक तासांनंतर जेव्हा तो त्या अवस्थेतून बाहेर आला, तेव्हा अतिशय आनंदात होता. त्याच्या चेहऱ्यावरून स्पष्ट जाणवत होतं, की त्याच्या सर्व प्रश्नांची उत्तरं, आत्मवीराच्या अवस्थेत जाऊन मिळाली आहेत.

त्यानं अंतर्मनात दडलेली रहस्यं आणि अंतर्मनाच्या शक्तींविषयी जाणलं होतं. आता त्याला हे माहीत झालं, की मनुष्य ही ईश्वराची सर्वश्रेष्ठ रचना असून त्याचं मनही ईश्वरीय रचनेचाच एक भाग आहे. ईश्वरानं निर्मिलेल्या या मनात जर इतक्या अद्‌भुत शक्ती असतात, तर मग शरीर-मन-बुद्धी या तिन्हींच्या पलीकडे असणारं चैतन्य किती शक्तिशाली असेल! ज्या चैतन्यातून मनुष्याला आत्मबळ प्राप्त होतं, ते कोणत्या ऊर्जेनं भारलेलं असेल... या सर्व गोष्टी केवळ अनुभवातूनच जाणता येतात.

मनुष्य जेव्हा त्याच्या अंतर्मनाचं योग्य प्रोग्रॅमिंग करतो, तेव्हा त्याच्या कितीतरी समस्या सहजपणे सुटायला लागतात. मग अगदी सहजतेनं तो नवीन कला शिकतो. त्याची कार्यशक्ती वाढून त्याचं मन चुंबकाप्रमाणे, हव्या त्या गोष्टी स्वतःकडे आकर्षित करू लागतं. इतके सारे लाभ पाहून मनुष्य अंतर्मनाच्या प्रोग्रॅमिंगवरच थांबतो. त्या पलिकडे असणाऱ्या चैतन्यापर्यंत पोहोचण्याचा तो प्रयत्नही करत नाही. वाचकहो, या पुस्तकाच्या माध्यमातून आपणही अंतर्मनाची रहस्यं जाणणार आहोत.

प्रस्तुत पुस्तकाद्वारे अंतर्मनाच्या शक्तीचा लाभ घेऊन आपणही आत्मवीर बनाल. आपण जर मनाच्या पलीकडे जाऊन स्व-अनुभव घेऊ इच्छित असाल, तर हे पुस्तक आपल्यासाठी जहाजाच्या कॅप्टनसारखं काम करेल.

– ***सरश्री***

टीप

- *प्रस्तुत पुस्तकात काही ठिकाणी अंतर्मन आणि अर्धचेतन मन हे शब्द एकाच संदर्भात वापरले आहेत.*
- *शिंगं - शिंगं म्हणजे बाधा. जसं सांबर आपल्या शिंगांमुळे झाडाझुडपांमध्ये अडकून पडतं, तसंच आपणही कोणकोणत्या शिंगांमुळे (सवयी, वृत्ती, विकार) अडकून पडतो हे या पुस्तकात सांगितलं आहे.*
- *ॲनॉलॉजीचा अर्थ आहे, प्रतीकात्मक गोष्ट. गोष्टीच्या रूपकातून एखादी बाब, एखादा संकेत आपल्याला समजून घ्यायचा आहे. ही गोष्ट आपल्या अंतर्मनाची अवस्थाही दर्शवते.*

अध्याय १

अंतर्मनाची ओळख
आपला मूक सेवक

आपल्या मनाचे दोन मुख्य भाग असतात - बाह्यमन आणि अंतर्मन. हे दोन भाग आपण आपल्या सोयीसाठी केले आहेत हे लक्षात ठेवा. अन्यथा काही जण या वेगवेगळ्या भागांमध्येच गोंधळ करतात. हे दोन भाग फक्त आपल्याला विषय समजावा यासाठी केले आहेत.

बाह्यमनाचेही दोन मुख्य प्रकार असतात - तुलनात्मक मन आणि सहज मन! तुलनात्मक मन म्हणजे असं मन जे सतत इतरांशी तुलना करून नकारात्मक विचार निर्माण करतं. आपल्याला इतरांची निंदा करण्याचे किंवा नकारात्मक विचार आले, तर लक्षात ठेवा, आपलं तुलनात्मक मन जागं झालं आहे. तुलनात्मक मन दुःख निर्माण करतं. तर दिवसाभरातली कामं आपण जेव्हा सहज रीत्या पार पाडतो, तेव्हा ते असतं सहज मन. सहज मनानं कार्य करताना कोणतेही कपटी, नकारात्मक विचार येत नाहीत आणि आलेच तर फक्त सकारात्मक विचार येतात. जेणेकरून आपण करत असलेल्या कामाचा पूर्णपणे आनंद आपल्याला उपभोगता येतो.

आत्मबळ प्राप्त झाल्यानंतर तुलनात्मक मन विलीन होतं, नाहीसं होतं. मग आपण फक्त सहज मनानं, आनंदात आणि शांततेत कार्य करू लागतो.

आता अंतर्मनाचे दोन भाग समजून घेऊ या. ते असतात - अचेतन मन आणि अवचेतन मन! अवचेतन मन अर्धजागृतावस्थेत असतं, त्यामुळे त्याला 'अर्धचेतन मन' असंही म्हटलं जातं.

बाह्यमनाचं प्रोग्रॅमिंग करून अंतर्मनाच्या गाभाऱ्यापर्यंत पोहोचता येतं. अंतर्मनात सुप्तावस्थेत असलेलं जुनं प्रोग्रॅमिंग (चुकीचा विचार - कोअर थॉट) नष्ट करता येतं आणि नवनवीन गोष्टी, कला शिकण्यासाठी, त्यात प्रावीण्य मिळवण्यासाठी नवं प्रोग्रॅमिंग करता येतं. अंतर्मनाचं असं नवीन प्रोग्रॅमिंग झाल्यावर आयुष्यात अनेक चमत्कार आपल्याला पाहायला मिळतात. कसं ते या उदाहरणातून समजून घेऊ या.

एक मनुष्य परदेशातून येतो आणि त्याचा पाठलाग करण्याचं काम एका गुप्तहेराकडं दिलं जातं. गुप्तहेराला सांगितलं जातं, 'तो मनुष्य जे काही करेल त्यावर पूर्ण लक्ष दे, त्याच्या प्रत्येक कृतीवर बारकाईनं नजर ठेव.' आता हा गुप्तहेर दिवसभर त्या मनुष्याचा पाठलाग करतो, त्याच्या प्रत्येक कृतीवर लक्ष ठेवतो. तो परदेशी मनुष्य दिवसभर जे काही करतो त्याकडे पूर्णपणे लक्ष देतो.

आता तो मनुष्य बाहेर जातो, हिंडतो - फिरतो. कधी दुकानात जाऊन वस्तूंचा मोलभाव करतो... कधी खिशातून काडेपेटी काढून काडी ओढतो, फेकतो... कधी आपला चश्मा साफ करतो. अशा तऱ्हेनं तो त्याचा रिकामा वेळ घालवत असतो. पण गुप्तहेराला हे माहीत नसल्यानं त्याच्या निरुपयोगी गोष्टींचीही तो बारकाईनं नोंद ठेवत जातो. परदेशी मनुष्याच्या मागे प्रत्येक दुकानात तो गुप्तहेर जातो आणि तिथं काही गुप्त गोष्टी दडल्या आहेत का याचा शोध घेतो. अशाप्रकारे या सगळ्या निरर्थक गोष्टींवर त्या गुप्तहेराचा वेळ वाया जात राहतो.

या उदाहरणात गुप्तहेर आहे 'आपल्या अंतर्मनाचं प्रतीक' आणि आपण आहात तो 'परदेशी मनुष्य'. आपल्या अंतर्मनाची काम करण्याची पद्धत या उदाहरणातून आपल्याला दिसून येते.

आपलं अंतर्मन, आपल्या प्रत्येक गोष्टीला, बोलण्याला, विचाराला, सवयीला, धारणांना... गांभीर्यानं घेतं. आपल्या प्रत्येक कृतीचं ते बारकाईनं निरीक्षण करतं. त्याला आपली प्रत्येक गोष्ट आवश्यक, गरजेची वाटते. अमुक गोष्ट उपयोगी की निरुपयोगी याचा सारासार विचार ते करत नाही. म्हणूनच तुम्ही जो विचार करता, जी इच्छा करता - अंतर्मन आपल्यासाठी त्या गोष्टींची पूर्तता करतं. मग त्या गोष्टी खरंच आवश्यक असोत किंवा नसोत. आपल्याला आयुष्यात

ज्या गोष्टी नको असतील त्यासुद्धा ते गैरसमजुतीनं आणून देतं.

बघितलंत, आपलं अंतर्मन आपल्या सहकार्यासाठी किती तत्पर आहे! मनुष्याला पुढे कोणताही त्रास होऊ नये म्हणून ते वेगानं, सर्व गोष्टी शिकत राहतं, सवयी बनवत जातं! सांगायची गोष्ट अशी - अंतर्मन, मनाचा एक मोठा भाग असून आपला मूक सेवक आहे. ते शांतपणे आपलं काम करत राहतं.

अंतर्मन आपल्या मदतीसाठी तत्पर असतं. त्याला आपल्याला शक्य ती सर्व मदत करायची असते. पण अंतर्मनाची कोणती मदत घ्यायची, हे आपल्यालाच ठाऊक नसतं. आपण त्या विषयाचा कधी अभ्यासच केलेला नसतो. पण मजेची गोष्ट अशी, की अंतर्मनही आपली मदत करायला उत्सुक असतं, मात्र आपणच त्याबाबतीत निरुत्साह दाखवतो. जणू अल्लाउद्दीनचा जादूचा दिवा आपल्याला कोणी दिला आहे, पण त्या दिव्याकडे काय मागायचं, तेच आपण ठरवलेलं नसतं. अंतर्मनाकडे काय आणि कसं मागायचं? हेच मनुष्याच्या लक्षात येत नाही.

तात्पर्य - आपल्याला स्वतःमध्ये अशा सवयी निर्माण करायला हव्यात, ज्या आपल्या अंतर्मनापर्यंत पोहोचू शकतील. परिणामी या सवयी आपल्या अंतर्मनाच्या साहाय्यानं, आपल्याला जीवनात यशस्वी व्हायला मदत करतील. यासाठीच, आपल्या जीवनाचं ध्येय ठरवा आणि त्या ध्येयपूर्तीसाठी आजपासूनच कामाला लागा. आपल्या जीवनातल्या आदर्शांवर नेहमी लक्ष द्या. जीवनात आपले स्वतःचे काही विशिष्ट नियम (प्रिन्सिपल) तयार करा. योग्य दिशेनं विचार करण्याची सवय ठेवा. एक डायरी करा आणि त्यात पूर्ण आत्मविश्वासानं आपलं ध्येय लिहा. आपल्याला जे हवं आहे, त्याबद्दल निसर्गाला योग्य संकेत द्या.

अशा काही गोष्टी करून आपण आपल्या अंतर्मनाची योग्य आणि भरपूर मदत घेऊ शकतो. आपण दिलेल्या आज्ञा पाळून अंतर्मन, आपल्या जीवनाला प्रेम, आनंद आणि संतुष्टीनं काठोकाठ भरून टाकतं. अंतर्मन आपल्या आज्ञा कसं पाळतं हे लक्षात घेण्यासाठी पुढं दिलेलं जहाजाच्या खलाशाचं उदाहरण बघू या.

आपलं बाह्यमन असतं, 'जहाजाचा कॅप्टन' आणि अंतर्मन म्हणजे 'तळाशी असलेल्या खोलीत बसलेला खलाशी.' जहाजात वरच्या बाजूला असणारा कॅप्टन जहाजाची दिशा ठरवतो आणि त्याप्रमाणं खलाशी ते हाकतो. खलाशाला जहाजाचा पुढचा मार्ग निर्विघ्न आहे, की एखादा हिमनग आडवा येतोय याची काहीच कल्पना नसते. कॅप्टननं सांगितलेल्या दिशेनं जहाज नेणं इतकंच त्याला माहीत असतं. त्या जहाजासारखंच आपल्या शरीराचं नियंत्रण पूर्णपणे अंतर्मनाकडे असतं आणि हे अंतर्मन बाह्यमनाच्या सूचनेप्रमाणं काम करत असतं. एखाद्याच्या अंतर्मनाकडून

जर चुकीच्या सूचना मिळाल्या, 'लोकांना मी आवडत नाही', 'मी खूपदा आजारी पडतो', 'मी गरीब होणार आहे', 'मी नापास होणार आहे', तर भविष्यात त्या मनुष्याच्या जीवनात तशाच नकारात्मक घटना घडतात. म्हणूनच अंतर्मनाकडून येणाऱ्या विचारांप्रती आपल्याला सजग राहायला हवं. शिवाय अंतर्मन आपल्याला काही चुकीच्या सूचना (स्वतःबद्दलचे विचार) देऊन आपलं जीवन विनाशाच्या वाटेवर तर नेत नाहीयेना हेही बघायला हवं.

अंतर्मनाकडून मिळणाऱ्या सकारात्मक सूचनांनी मनुष्य आनंदी राहू लागतो. क्वचित मृत्यूच्या दारात उभा असलेल्या एखाद्याला जीवनदानही मिळू शकतं. पण मनुष्यानं स्वतःचे विचार जर नकारात्मक ठेवले असतील, तर त्या नकारात्मक शक्ती त्याच्या मृत्यूचाही निर्णय घेतात. या केवळ कल्पना नाहीत तर अशा गोष्टी विज्ञानानं सिद्ध करून दाखवलेल्या आहेत.

अंतर्मन कशा प्रकारे काम करतं? हे आता आपल्याला समजलं आहे. आता त्यापलिकडे आपल्याला जायचं आहे. अंतर्मनाच्या पलिकडे असणाऱ्या चैतन्याचा शोध आपल्याला घ्यायचा आहे. हा शोध घेण्यासाठी आवश्यक असलेल्या बळावर, शक्तींवर आपल्याला काम करायचं आहे. त्यासाठी आपल्या अंतर्मनाला प्रशिक्षित करायला हवं. या प्रशिक्षणामुळं हे अंतर्मन आपल्या शोधयात्रेत योग्य ती मदत करू शकेल. आपल्या अंतर्मनाकडून कसं काम करून घ्यायचं, ते पुढील अध्यायात आपण जाणून घेऊ.

●

सारांश

- *तुलनात्मक मन दुःख निर्माण करतं. तर दिवसाभरातली कामं आपण जेव्हा सहजरीत्या पार पाडतो, तेव्हा ते असतं सहज मन.*
- *आपलं बाह्यमन असतं, 'जहाजाचा कॅप्टन' आणि अंतर्मन म्हणजे 'तळाशी असलेल्या खोलीत बसलेला खलाशी'.*

अध्याय २

अंतर्मनाचं प्रशिक्षण

अंध वडील, असमंजस मुलगा

एका मनुष्याला एका बेटावर मोठा खजिना सापडला. तो खजिना एका विहिरीत असल्याने सोबत घेऊन जाणं त्याला शक्य नव्हतं. तो केवळ गरजेनुसार त्यातून पैसे काढू शकत होता.

खरंतर, त्या बेटावर काही आदिवासी लोक राहत होते आणि प्रसंगानुसार त्या विहिरीत नाणी टाकायची त्यांची प्रथा होती. ही प्रथा त्यांच्या पूर्वजांपासून चालत आल्यानेच वर्षानुवर्षं नाणी साठून तो खजिना तयार झाला होता. शिवाय त्यात कायमच वृद्धी होत होती.

एकदा त्या मनुष्याच्या लक्षात आलं, आपल्याशिवाय इतर काही जणांनाही या खजिन्याबद्दल माहिती असून त्यातल्या काही जणांना तो खजिना चोरायचा आहे. त्यामुळे त्यानं खजिन्यावर पहारेकरी नेमावा असा सुज्ञ विचार केला. बेट समुद्रात दूरवर असल्यानं त्याला पहारेकरी मिळेना. खूपच शोधाशोध केल्यावर त्याला असा एक पहारेकरी मिळाला जो अंध होता आणि त्याला एक मुलगाही होता. तो मुलगा बुद्धीने सुमार शिवाय असमंजसही होता. तो छोट्या छोट्या गोष्टींत गोंधळ करायचा. आता त्या मनुष्यानं विचार केला, 'इतर कोणीच

नसण्यापेक्षा हा अंध माणूस त्याच्या मुलाच्या मदतीनं थोडंतरी काम करेल.' आता पहारेकरी आंधळा असल्यानं, त्या मनुष्यानं त्याला सूचना दिल्या, 'अमुक आवाज आल्यावर टाळी वाजवा. म्हणजे खजिन्यात पैसे टाकायला कुणीतरी आलं आहे, हे तुमच्या मुलाला कळेल. मग तो त्यांना आत सोडेल. तमुक आवाज आल्यावर, आलेल्या लोकांना बाहेरच थांबवा. मग तुमचा मुलगा त्यांना आत सोडणार नाही. अमुक-अमुक आवाज आल्यावर चोर येतो, त्यावर गोळी झाडा आणि तमुक तमुक आवाज आल्यावर भटके लोक येतील, त्यांना शिव्या देऊन हाकलून द्या.' अशा सूचना देऊन त्या आंधळ्या पहारेकऱ्याला आणि त्याच्या असमंजस मुलाला खजिन्याच्या रक्षणासाठी ठेवून तो मनुष्य शहरात निघून गेला.

आता काम पार पाडण्यासाठी, त्या अंध माणसाकडे चार प्रकारचे प्रतिसाद होते - टाळी, शिव्या, गोळी आणि थांबणे. या चारही प्रकारच्या प्रतिसादांचा वापर तो करत राहिला आणि त्याचा मुलगाही काहीही विचार न करता, सांगकाम्याप्रमाणे काम करत होता.

काही दिवसांनी खजिन्याचा मालक शहरातून परतला. त्यानं पाहिलं, खजिना सुरक्षित होता, पण खजिन्यातले पैसे थोडे कमी झाले होते. पैसे कमी का झाले, याचा त्यानं शोध घ्यायला सुरुवात केली. मग त्याच्या लक्षात आलं, की अंध पहारेकरी चुकीचं काम करत होता. जे आदिवासी लोक विहिरीत पैसे टाकायला यायचे त्यांना तो कधी शिव्या द्यायचा तर कधी त्यांच्यावर गोळ्या झाडायचा. शिवाय कधी चोर आले तर त्याने चोरांना थांबवलं नाही उलट आत जाऊ दिलं. पहारेकरी आंधळा असल्याने त्याच्याकडून अशा चुका होत होत्या.

या रूपकातून आपल्या लक्षात येतं, की आपलं अंतर्मन हे या 'अंध पहारेकऱ्यासारखंच' आहे. त्याला फक्त काही विशिष्ट प्रकारचे प्रतिसादच माहीत आहेत. 'अमुक घटना झाली तर घाबरायचं... अमुक गोष्ट झाली तर रागवायचं... तमुक गोष्ट घडली तर दुःखी व्हायचं...' आणि 'असमंजस मुलगा' आहे आपल्या बाह्यमनाचं प्रतीक! आपलं बाह्यमन हे अंतर्मनाच्या सूचनेनुसार चालतं. चूक काय आणि बरोबर काय हेच त्याला कळत नाही. खजिना प्रतीक आहे आपल्या जीवनातील 'खरा आनंद आणि चेतनेचं'. ही दौलत वाढण्यासाठी आपल्या अंतरंगातली चेतना सतत वृद्धिंगत व्हायला हवी.

आपलं काम आहे, 'आपल्या अंतर्मनाचा आणि बाह्यमनाचा योग्य ताळमेळ साधणं.' आता हीच बाब समजून घेऊ या, गोष्टीच्या पुढील भागातून.

कथेतील मनुष्याला त्याची समस्या लक्षात आली आणि तो सर्वप्रथम

त्याच्या गुरूंना जाऊन भेटला. त्यांना समस्या कथन केली. त्याच्या गुरूंनी त्या अंध पहारेकऱ्यासाठी एक विशिष्ट चश्मा दिला. त्या चश्म्यातून तो अंधुकसं पाहू शकत होता. जेणेकरून त्या चश्म्यातून बघितल्यावर खजिन्याकडे येत असलेली व्यक्ती कोण आहे हे पहारेकऱ्याला समजलं असतं.

त्या मनुष्यानं तो चश्मा अंध पहारेकऱ्याला दिला आणि त्याला काही वेगळ्या सूचना दिल्या. 'एखादी व्यक्ती आल्यानंतर, या चश्म्यातून पाहा. त्या व्यक्तीला नीट ओळखून, ती कशासाठी आली आहे, खजिन्यात पैसे टाकायला की चोरायला हे बघ आणि त्यानुसारच योग्य तो प्रतिसाद दे. तुझे वडील जर चश्मा घालायचे विसरले तर त्यांना तू आठवण करून दे. चश्म्यातून बघून कोणती व्यक्ती आहे तसा प्रतिसाद दे.' असं मुलाला बजावलं. त्यानंतर अंध पहारेकरी आणि त्याचा असमंजस मुलगा यांचा आपापसांत ताळमेळ बसला. काम नेमकं कसं करायचं आहे, हे दोघांच्याही लक्षात आल्याने ते समर्थपणे खजिन्याचं रक्षण करू लागले.

आपल्यालाही असंच करायचं आहे. अंतर्मन आणि बाह्यमन यांचा ताळमेळ साधायचाय. जेणेकरून आपल्या आनंदाच्या, चेतनेच्या खजिन्यात कायम वाढ होत राहील आणि अनुभवाचे हिरेही जमा होतील.

अंतर्मनाला जर योग्य प्रशिक्षण दिलं नाही, तर ते जुनाच प्रतिसाद देत राहील. त्याला जरी आपण समजेचा चश्मा दिला, पण तो घालायलाच विसरला, तर... आपला चेतनेचा खजिना कमी होत जाईल. म्हणून बाह्यमनालाही प्रशिक्षण मिळणं गरजेचं आहे. बाह्यमनाला प्रशिक्षण मिळताच ते अंतर्मनाला नेहमी नवीन प्रतिसाद देण्याची आठवण करून देईल. कसं? चला समजून घेऊ या.

आपण जेव्हा ध्यान करायला बसतो, तेव्हा आपल्या मनात कामाचे, इतर व्यक्तींचे, काल घडलेल्या घटनांचे, वृत्तपत्रांतल्या बातम्यांचे, रेडियोवर ऐकलेल्या गाण्यांचे असे कितीतरी विचार येत राहतात. कधी शरीरावर कुठे तरी खाज सुटते, वेदना जाणवते आणि आपलं लक्ष सारखं तिथेच जातं. मग अंतर्मनाची चिडचिड सुरू होऊन, ते जुनाच प्रतिसाद द्यायला सुरुवात करतं. आपल्याला सांगतं, 'उठ, ध्यान करणं सोडून दे. अरे, समोर इतकी कामं असताना तुला ध्यान कसं बरं सुचतंय... इतके दिवस ध्यान करतोयस, पण त्यामुळे आजवर काही फायदा झालाय का? उलट ध्यानात बसल्यावर वाटतं, मी बहुतेक आजारी पडणारेय... शरीर कसं सुन्न होतंय...' अशा प्रकारे अंतर्मन जुन्या प्रोग्रॅमिंगप्रमाणेच काम करत राहतं. कारण त्याला तोच प्रोग्रॅम माहीत असतो. त्याच्या सूचनांनुसार आपलं मन

काम करू लागतं. परिणामी आपण ध्यान करणं सोडून दैनंदिन कार्याला सुरुवात करतो. अगदी असंच अभ्यास करताना, व्यायाम करताना, प्रार्थना करतानाही होतं.

आपलं मन खूप अज्ञानी, बेहोश असल्यानं, आपल्या दिनचर्येतून बाहेर पडून, आध्यात्मिक प्रगतीसाठी काहीतरी कार्य करावं असा पुसटसा विचारही ते करत नाही. 'टाळी, शिव्या, गोळी, थांबा' अशा जुन्याच प्रतिसादांचा ते उपयोग करत राहतं. नवं काही शिकण्याची उत्सुकता अजिबात दाखवत नाही.

आपलं मन जेव्हा जुन्याच पद्धतीनं प्रतिसाद देईल, तेव्हा त्याला सांगा, 'काही क्षण थांब आणि मगच प्रतिसाद दे.' ध्यान साधनेत बाधा आली, तर ध्यानातून उठण्यापूर्वी थोडंसं थांबून स्वतःलाच विचारा, 'या सगळ्या अडचणी असल्या, तरी मी नित्यनेमानं ध्यान करू शकतो का?'

एखादी दुःखद भावना येईल आणि मन दुःखानं शोक करू लागेल तेव्हा त्याला सांगा, 'समजेचा चश्मा चढव.' म्हणजे 'काही क्षण थांबून मनन कर. विचार कर, हे दुःख माझ्या खजिन्यात भर घालायला आलंय की चोरी करायला?' मनन केल्यावर आपल्या लक्षात येईल, दुःख ही तर निसर्गानं केलेली विशेष व्यवस्था आहे. त्यातूनच आपल्याला, 'तुम्ही तेजस्थानावरून, हृदयस्थानावरून बाजूला झालात, त्यावर परत या' असा फिडबॅक मिळतो. ही सुंदर व्यवस्था पाहिल्यावर दुःखी होण्याची नव्हे तर आनंदी होण्याची आवश्यकता आहे, हे जाणवेल.

अशा तऱ्हेनं आपण आपल्या मनाला प्रशिक्षित करायला हवं. जीवनातल्या प्रत्येक घटनेवर थोडंसं थांबून, मनन - चिंतन केलं, माझ्या आयुष्यात घडणाऱ्या या घटनेमागे नेमका कोणता उद्देश आहे, याचा शोध लावलात तर आपलं आत्मबळ, चेतनेचा खजिना आणि अनुभवरूपी हिऱ्यांचं भांडार दिवसेंदिवस वाढतच जाईल. रोजच्या जीवनात मनाला हे प्रशिक्षण कसं द्यायचं, हे आता आपण समजून घेऊ या.

आपल्या आयुष्यात, जीवनात अशा काही घटना घडतात, जेव्हा आपण दुःखद भावनेतून मुक्त होण्यासाठी त्या अंध पहारेकऱ्यासारखा चुकीचा प्रतिसाद देतो. आपलं मन जसं सांगतं, त्याप्रमाणे आपण आपल्या भावना दर्शवतो, मोकळ्या करतो.

लहान मुलाला जेव्हा राग येतो, तेव्हा ते त्याचं खेळणं, बाहुली जोरात आपटतं, तोडतं. कारण ते त्याच्या हक्काचं असल्याने त्याच्यावरच राग काढून स्वतःच्या भावना व्यक्त करतं. मनुष्यालाही कोणत्याही प्रकारे आपल्या भावना

व्यक्त व्हाव्यात ही इच्छा असते. त्याला आपल्या भावनांना वाट करून द्यायची असते. मग भावना व्यक्त करण्यासाठी तो काही मार्ग अवलंबतो. समजा, एखाद्याला राग आला तर तो -

- कुणावर तरी ओरडेल (समोरच्या व्यक्तीवर राग काढतो)
- राग दाबून ठेवेल (भावनांचं दमन करतो)
- तिऱ्हाईत व्यक्तीशी बोलेल, त्याच्याशी आपली दुःखद भावना वाटून घेईल. (थर्ड पर्सन टॉक)
- रडेल (अश्रू ढाळणं)

या वर दिलेल्या प्रतिसादांशिवाय एक उच्चस्तरीय प्रतिसादही असतो जो आपण देऊ शकतो. तो म्हणजे आपला राग, भीती, तिरस्कार यांसारख्या भावनांकडे साक्षीभावाने पाहणं. साक्षीदार हा प्रत्यक्ष घटनेपेक्षा वेगळा असतो, त्या घटनेपासून तो अलिप्त असतो. तसंच आपल्यालाही अलिप्त राहायचं आहे. आपण म्हणाल, हे कसं शक्य आहे? कारण मनाला तर त्याच जुन्यापुराण्या प्रतिसादांची सवय झाली आहे. पण हे दोन मार्गांनी शक्य होतं. एक म्हणजे मनाला योग्य समज देणं आणि दुसरा मार्ग आहे मनाला ध्यानातून सत्याचं दर्शन घडवणं.

आपल्या शरीरात ज्या भावना निर्माण होतात, त्या थोड्याच कालावधीसाठी असून, अनिश्चित आहेत ही समज पहिल्या मार्गानं जाताना आपल्या मनाला देता येते. जी गोष्ट आज घडतेय तीच उद्या घडेल असं नसतं. ज्या गोष्टीवर आज राग येतोय, तसा उद्याही येईलच असं नाही. सगळंच अनिश्चित असतं. मग अशा अनिश्चित गोष्टींसाठी चुकीचा प्रतिसाद देणं व्यर्थ नव्हे का?

दुसरा मार्ग आहे, ध्यानातून सत्याचं दर्शन करण्याचा. ज्या भावना येताहेत त्या किती वास्तव, खऱ्या आहेत? त्यात किती तथ्य आहे? हे सत्य मनाला उमगलं, तर ते आपोआप शांत होतं. 'आज अमुक व्यक्तीचा खूप राग आला', पण त्या व्यक्तीचा राग आला की त्यानं केलेल्या कृतीचा, संभाषणाचा राग आला? ती कृती, ते संभाषण जर बाजूला ठेवून पाहिलं तर त्या व्यक्तीचा आपल्याला राग येईल का? जसं, आपलं मन आपल्याला सांगतं, 'आज मी खूप थकलो आहे.' तेव्हा त्याला ध्यानात बसवून विचारा, 'शरीराच्या कोणत्या भागात थकवा आहे?' कोणता अवयव जास्त थकला आहे? असं केल्याने मनाला वस्तुस्थिती कळेल. मग आपल्या लक्षात येईल, 'प्रत्यक्षात थकवा संपूर्ण शरीरात नाही तर शरीराच्या काही भागातच आहे.' हे सत्य समजताच मन आपोआप शांत होईल.

मनाला पुनःपुन्हा समज देऊन नित्यनियमानं ध्यान करण्याची, सत्याचं दर्शन

घेण्याची सवय लावली, तर ते योग्य प्रतिसाद देण्यासाठी तयार होईल.

आपल्या मनाला प्रत्येक गोष्टीत, प्रत्येक घटनेत उच्चस्तरीय प्रतिसाद द्यायचा आहे. त्यामुळेच ते विचारांतून बाहेर येऊन, शरीरात येणाऱ्या भावनांचा साक्षीदार होऊन, वर्तमानात राहील. मन वर्तमानात राहण्याचे अनेक लाभ आहेत. आता मनाला ध्यानाद्वारे प्रशिक्षण कसं द्यायचं ते पाहू या. त्यासाठी पुढील क्रमानं ध्यान करा.

१) ध्यानात बसण्यापूर्वी तुमची वेळ निश्चित करा. त्या वेळेनुसार गजर लावून ठेवा. त्यानंतर सोयीस्कर आसनात, मुद्रा धारण करून, डोळे बंद करून बसा.

२) ध्यानाची सुरुवात करण्याआधी पूर्वतयारी करा.

३) ध्यानामध्ये असताना डोळे बंद असल्याने, अंतर्मनाच्या जवळ जायला मदत होते. मन रिकामं व्हायला मदत होते.

४) ध्यानाच्या दरम्यान मनाला सांगा, या वेळी मी ध्यानात रिकामं होण्यासाठी बसलो आहे/बसले आहे.

५) बंद डोळ्यांनी आपल्या अंतर्यामी चाललेल्या विचारांचं, इच्छांचं, आपल्या भीतीचं, विचारांची उलथापालथ, या सगळ्यांचं निरीक्षण करा. निरीक्षण करण्यासाठी आपल्याला या गोष्टीचं थोडं लांब राहून दुरून निरीक्षण करावं लागेल. जसं, आरशात स्वतःला पाहताना आपण आरशापासून थोडं लांबच उभं राहतो!

६) आता मनात अजून खोलवर जा. मनाच्या गाभाऱ्यात आतपर्यंत जा. काय दिसतं? शरीरावर जाणवणारी एखादी वेदना, सुखद संवेदना... आनंदी किंवा दुःखी तरंग, मन रिकामं असेल किंवा, उत्साहाने भरलेलं किंवा उत्तेजित झालेलं. प्रत्येक गोष्टीचं फक्त लांबून निरीक्षण करा. त्याला चांगलं - वाईट असं बिरुद, लेबल लावू नका, कोणताही हस्तक्षेप करू नका. फक्त जाणून घ्या.

७) शरीरावर कोणत्याही संवेदना जाणवत असल्या, तरीदेखील आपल्या अंतर्मनाला सत्य समजतंय! कारण आपण जागृत आहात, पूर्ण सजगतेनं ध्यान करत आहात.

८) आपले डोळे बंद असल्यानं, आपलं बाह्यमन आधीपेक्षा जास्त जागरूक आहे; कारण त्याला बाहेरची कोणतीही गोष्ट, घटना, वस्तू दिसत नाही.

विचलित करणाऱ्या कोणत्याही गोष्टींकडे मन जात नसल्यानं, ते अधिक एकाग्र होतं. अशा एकाग्र झालेल्या बाह्यमनाचे आणि अंतरंगातल्या गहिऱ्या मनाचे सूर चांगले जुळू लागतात. त्यांचा आपसांत ताळमेळ जमायला लागतो. अशा अवस्थेत त्यांच्याकडून कोणतीही चुकीची घोषणा होत नाही. कोणताही चुकीचा प्रतिसाद दिला जात नाही. कोणतीही चुकीची सूचना येत नाही.

९) शरीराच्या पुढच्या भागावर काय चाललंय ते पाहा. मग पाठीमागे, उजवीकडे, डावीकडे... श्वास मंदपणे चालतोय की जोरजोरात? तेही जाणा. हे सगळं सुरू असताना, 'आपल्या अस्तित्वाची जाणीव' तीव्रतेनं होते. 'मी शरीर नाही' ही जाणीव तीव्रतेनं होते. 'मी म्हणजेच हे शरीर' ही धारणा विलीन व्हायला सुरुवात होते.

१०) मस्तकापासून ते पायापर्यंतचं संपूर्ण शरीर अंतरंगातूनच पाहा. श्वास ज्या गतीनं चालू आहे ते जाणा. आपण कोणत्याही क्रमानं गेलो तरी, मूळ गोष्ट 'आपण अंतर्मनाला प्रशिक्षण देतोय' हे लक्षात ठेवा. जुन्या गाठी सोडण्यासाठी ते तयार असलं पाहिजे. आपल्या भविष्यातील बंधनांपासून मुक्त होण्यासाठी, वर्तमानात हे कार्य सुरू आहे ही जाणीव ठेवा. ज्यांना मुक्ती हवी असेल त्यांच्यासाठी हे कार्य अतिशय सुखद आहे, मग कितीही अडचणी येवोत.

११) आता आपल्या जागेवर हळूहळू उठून उभं राहा. पुढं, मागं, उजवीकडं, डावीकडं, पूर्ण शरीरात काय अनुभव येतोय ते जाणा. काय फरक होतोय हे जाणा. आपलं मन काय सांगतंय? आपले विचार, आसन बदलल्यानं आपल्या अनुभवात काही फरक पडलाय का? या गोष्टी जाणत राहा.

१२) आपण जर ध्यानातून बाहेर आला असाल, तर परत अंतर्यामी जाण्यासाठी किती वेळ लागतोय, मन सहजपणे ध्यानात जातंय की त्याची बडबड चालू आहे? या सर्व गोष्टी अलिप्तपणं, साक्षीभावानं जाणा. मनाबरोबर संघर्ष न करता फक्त स्वतःला जाणत राहा.

१३) शरीराचा एखादा भाग आपल्याला जाड वाटत असेल... एखादा लवचीक असेल... काही भागांना गरम वाटत असेल... काही गार पडले असतील... जे काही होत असेल, ते आपल्याला अनुभवाकडेच घेऊन जाईल. मग आपल्या लक्षात येईल, जे काही होतंय ते या शरीरासोबत होतंय, आपल्याला नाही. आपण तर शरीरापेक्षा वेगळे आहोत. स्वतःला जाणण्यासाठी शरीर हे फक्त

एक माध्यम, एक निमित्त आहे. पण निमित्तही गरजेचं आहे, त्याचंही महत्त्व आहेच.

१४) हळूहळू आपल्या जागेवर बसा आणि ध्यान पुढे चालू ठेवा.

१५) या मुक्त अवस्थेत राहूनच आपले डोळे हळूहळू उघडा. मनन करा, या ध्यानातून आपण काय शिकलो? त्यातून आपल्याला काय मिळालं?

आपल्या आजूबाजूचे लोकजरी अंतर्मन प्रशिक्षित करत नसली, तरी देखील आपल्याला याचं महत्त्व माहीत आहे. त्यामुळं नित्यनेमानं, पूर्ण सजगतेनं, जोशात आणि उत्साहात हे ध्यान करायचं आहे. पण यात तीन गोष्टी नेहमी लक्षात ठेवा - समज, समतेची भावना आणि सजगता!

आजवर आपल्याला हे प्रशिक्षण न मिळाल्याने आपल्या बाह्यमनाचे आणि अंतर्मनाचे सूर जुळत नव्हते. पण आता हा अध्याय वाचल्यानंतर हे प्रशिक्षण देण्याची जबाबदारी आपणच घ्यायला हवी. त्यामुळे पाचही शक्ती प्राप्त करून आपण आत्मवीर बनाल. ज्यायोगे जीवनात आत्मबळानं होणारे चमत्कार आपल्याला पाहायला मिळतील.

●

सारांश

✦ *आपलं मन जेव्हा जुन्याच पद्धतीनं प्रतिसाद देईल, तेव्हा त्याला सांगा, 'काही क्षण थांब आणि मगच प्रतिसाद दे.'*

✦ *एक उच्चस्तरीय प्रतिसादही असतो जो आपण देऊ शकतो. तो म्हणजे आपला राग, भीती, तिरस्कार यासारख्या भावनांकडे साक्षीभावाने पाहणं.*

खंड १

आत्मबळ प्राप्त करण्याचे मार्ग
पाच अद्‌भुत शक्ती

अध्याय ३

आत्मबळ म्हणजे काय?

परिस्थितीनुसार नव्हे, आत्मबळानं निर्णय घ्या

एका शहरात तीन महान जादूगार राहत होते. पहिल्याचं नाव होतं जादूगार महेंद्र, तो ५५ वर्षांचा होता. दुसरा होता नरेंद्र, जो ४४ वर्षांचा होता आणि तिसरा वीरेन्द्र, ज्याचं वय होतं ३३ वर्षं. एकदा ईश्वरानं त्यांना खूप महत्त्वपूर्ण काम सोपवलं. तिघांनाही वेगवेगळ्या गावात पाठवताना त्यांना सांगण्यात आलं, 'तुम्ही अमुक-अमुक गावात जाऊन जादूनं लोकांमध्ये ईश्वराप्रती विश्वास जागृत करायचा आहे. तुमच्या प्रत्येक जादूनं लोकांमध्ये चमत्काराचं बीज पेरलं जाईल. शिवाय ते बीज असं असेल, जे अंकुरित होताच लोक स्वतःच जादूगार बनतील. जेणेकरून ईश्वराप्रती त्यांची श्रद्धा वाढेल आणि त्या श्रद्धेनं त्यांच्यात आत्मबळ येईल.'

त्याचबरोबर त्यांना, 'तुम्हाला केवळ १०० लोकांमध्येच असं बीज पेरायचं आहे. शंभर लोक पूर्ण होताच, तुम्हाला जादूचा वापर करणं थांबवायचं आहे. कोणत्याही प्रकारे जादूच्या शक्तीचा प्रयोग करायचा नाही', अशी आज्ञाही दिली. या आज्ञेचं पालन करण्यासाठी हे तिन्ही जादूगार वेगवेगळ्या गावात गेले. तिथं गेल्यावर त्यांनी आपल्या कामाला सुरुवात केली. बघताबघता ते आपल्या ध्येयाप्रर्यंत पोहोचले. प्रत्येकानं आपापल्या गावांत १०० लोकांमध्ये

जादूचं बीज पेरलं.

आपलं उद्दिष्ट पूर्ण करून जादूगार महेंद्र आपल्या घरी पोहोचला. त्या दिवशी त्याला सुखाची झोप लागली. पण अचानक मध्येच कसली तरी चाहूल लागल्यानं त्यानं डोळे उघडले. पाहतो तर काय, घरात सर्वत्र आग लागलीय. घरात सगळीकडे धुराचे लोट पसरले होते. बाहेर पडण्याचा मार्गही कुठे दिसेना. म्हणून भयभीत होऊन त्यानं आपल्या जादूचा वापर करून कसाबसा स्वतःचा जीव वाचवला.

त्याच दिवशी जादूगार नरेन्द्रसोबतही असंच काहीसं झालं. त्याच्याही गावात अचानक मोठं वादळ होऊन मुसळधार पाऊस सुरू झाला. गावातल्या नदीला महापूर येऊन त्याचं घर पाण्यात बुडू लागलं. हे बघितल्यावर अगतिक होऊन त्यानं आपल्या जादूचा उपयोग करून स्वतःचे प्राण वाचवले.

आपापलं कार्य पार पाडून जेव्हा ते ईश्वराकडे गेले, तेव्हा ईश्वरानं त्यांना विचारलं, 'माझ्या आज्ञेविरुद्ध तुम्ही जादूचा वापर का केला?' त्यावर घडलेली घटना सविस्तर वर्णन करून ते म्हणाले, 'आम्ही करणार तरी काय? कुठलाही पर्यायच नव्हता आमच्यासमोर! परिस्थितीच अशी निर्माण झाली, शक्तीचा प्रयोग केल्याशिवाय कोणतंही गत्यंतरच नव्हतं आमच्याकडे.'

याचाच अर्थ त्या दोघांमध्ये आत्मबळाची कमतरता होती. मनुष्य वयानं मोठा झाला म्हणजे त्याचं आत्मबळंही वाढतंच असं नाही. म्हणतात ना 'उमर पचपन की मगर दिल बचपन का.' वय वाढलं तरी देखील काही लोकांचं आत्मबळ एखाद्या लहान मुलासारखंच कमजोर असतं.

एखाद्या लहान मुलाला दोन चॉकलेट दाखवून सांगितलं, 'तुला दोन्ही चॉकलेटं मिळतील, पण उद्या! आणि तुला आजच चॉकलेट खायचं असेल, तर फक्त एकच चॉकलेट मिळेल.' त्यावर ते मूल म्हणतं, 'मला एकच चॉकलेट मिळालं तरी चालेल पण आजच हवंय. उद्यापर्यंत कोण थांबणार?' असं असतं लहान मुलांचं. वास्तविक थोडीशी वाट पाहिली, तर त्यांचाच फायदा होणार असतो पण त्यासाठीही ते थांबायला तयार नसतं. कारण त्यांचं आत्मबळ कमजोर असतं. मोठ्या माणसांचं देखील आत्मबळ असंच, लहान मुलांप्रमाणं कमजोर पडतं.

गोष्टीतल्या तिसऱ्या जादूगारासोबत, ३३ वर्षांच्या वीरेन्द्रसोबतही अशाच काहीशा चमत्कारिक घटना घडल्या. जेव्हा तो घरी पोहोचला, तेव्हा अचानक भूकंप झाला आणि जमिनीला भेगा पडून त्यात त्याचा पाय अडकला. डोंगरावरून

घसरत आलेले दगड त्याच्या घरावर पडू लागले. परंतु इतकं सगळं होत असतानाही त्यानं जादूच्या शक्तीचा वापर केला नाही. ईश्वराच्या आज्ञेचं त्यानं निकरानं पालन केलं. जादूचा वापर न करता त्यानं मनाच्या शक्तीचा, आत्मबळाचा वापर केला. मग काही तासांतच सगळं शांत झालं आणि त्यातून तो सहीसलामत बाहेर आला.

या गोष्टीतून लक्षात येतं, मनुष्याच्या जीवनातही काही घटना अशा होतात, जेव्हा त्याच्या आत्मबळाची परीक्षा घेतली जाते. कित्येकदा त्याच्यासमोर खूप प्रलोभनं येतात, तेव्हा त्याचं मन विचलित होतं. मग मनाला कितीही सावरण्याचा प्रयत्न केला, तरी ते प्रलोभनांमध्येच गुंतून राहतं. यासाठीच मनुष्याला त्याचं आत्मबळ आणखी वाढवता आलं पाहिजे.

एखादा माणूस दुसऱ्यांच्या घरी जातो तेव्हा, चांगलं वागतो. त्या घरातल्या माणसांशी मजेत गप्पा-गोष्टी करतो. पण त्या घरातले लोक जेव्हा हळूहळू त्यांच्या कामासाठी बाहेर पडतात, तेव्हा घरात तो एकटाच राहतो. असं एकटं राहिल्यावर तो तिथल्या वस्तू चोरू लागतो. लोकांसोबत असल्यावर तो चोरी करत नाही मात्र एकटं राहिल्यावर त्याच्यातील चोरी करण्याची वृत्ती बळावते. म्हणजेच त्या माणसाचं आत्मबळ कमी असल्यानं, परिस्थिती बदलताच त्याची मनःस्थितीही बदलते, वृत्ती बदलते.

लोकांना जेव्हा हे माहीत असतं, की 'इथं खोटं बोललं तर आपण फसू', तेव्हाच ते खरं बोलतात. पण, 'आपलं खोटं बोलणं कुणालाही कळणार नाही' हे त्यांच्या लक्षात येतं, तेव्हा ते कायम खोटं बोलत राहतात. अशा लोकांचं आत्मबळ कमजोर असतं. या लोकांनी 'आपलं खोटं बोलणं पकडलं जाईल म्हणून नव्हे, तर आपल्या मनाशी खरं बोलण्याचा ठाम निश्चय केला पाहिजे.' या दृढविश्वासासाठी आवश्यकता असते ती आत्मबळाची!

लक्षात ठेवा, विश्वातील एक माणूस जर एखादं काम करत असेल, तर आपणही निश्चितच, ते करू शकता! तसंच आत्मबळाचंही आहे. जगातल्या कित्येक लोकांकडे आत्मविश्वास आहे, दृढनिश्चय आहे, आत्मबळ आहे, तर आपल्यालाही ते मिळणारच. प्रश्न आहे, 'ते आपल्याला हवंय की नाही?' आपलं उत्तर 'हो' असेल, तर आपल्यालादेखील ते नक्कीच प्राप्त होईल.

ज्या मनुष्याला खरोखरच आत्मबळ प्राप्त करायचं आहे, त्यानं थोडा विचार करायला हवा, 'मी त्या दोन जादूगारांच्या जागी असतो, तर काय केलं असतं? जादू करण्यापासून मी स्वतःला रोखू शकलो असतो का? मी जादूची शक्ती खरंच

वापरली नसती?' या प्रश्नांवर मनन करून त्यांची उत्तरं शोधा. मनुष्याची जेव्हा परीक्षा होते, तेव्हाच त्याचं आत्मबळ किती आहे ते कळतं. आपल्याकडे चुकीचं, अयोग्य काम करण्याची संधी असते, कोणीही आपल्याला पकडू शकणार नाही, अशी परिस्थिती असते आणि तरीही त्या वेळी तुम्ही चुकीचं, अयोग्य काम करत नाही; तुमचे निर्णय बदलत नाही, तेव्हाच आत्मबळाच्या परीक्षेत उत्तीर्ण होता.

गोष्टीत सांगितलेला ३३ वर्षांचा जादूगार वीरेन्द्र महापुरुषांचं एक प्रतीक आहे. असे महापुरुष, ज्यांनी लहान वयातच आपल्या आत्मबळाचं अद्‌भुत प्रदर्शन केलं. मग त्यात भगवान महावीर, भगवान बुद्ध, संत निवृत्तिनाथ, संत ज्ञानेश्वर, मुक्ताबाई, मीराबाई, संत सुकरात, भक्त प्रल्हाद, जीझस ख्राइस्ट या सगळ्यांचा समावेश होतो. या सर्वांचंच आत्मबळ अतिशय अपूर्व होतं.

चला, आपणही या महापुरुषांकडून, महावीरांकडून प्रेरणा घेऊन आत्मबळ मिळवण्याच्या या प्रवासाला, अनोख्या पाच शक्ती मिळवून सुरुवात करू या.

●

सारांश

- *माणसाचं आत्मबळ कमी असल्यानं, परिस्थिती बदलताच त्याची मनःस्थितीही बदलते, वृत्ती बदलते.*
- *लक्षात ठेवा, विश्वातील एक माणूस जर एखादं काम करत असेल, तर आपणही निश्चितच, ते करू शकता!*

पहिली शक्ती

कृतज्ञतेची भावनाशक्ती
पॉवर ऑफ ग्रॅटिट्यूड

भावनाशक्ती

मनुष्याच्या भक्तिभावनेच्या शक्तीला जेव्हा युक्ती येऊन मिळते, तेव्हा मनुष्याला मुक्ती प्राप्त होते. म्हणूनच भक्तिभावनेच्या शक्तीला किरकोळ समजू नका, ती अत्यंत शक्तिशाली आहे हे लक्षात ठेवा.

बहुतेक लोक तेवढ्याच आनंदात असतात,
जेवढा त्यांनी मानलेला असतो.

- अब्राहम लिंकन

सकाळी दहा वाजेपर्यंत जर तुम्ही आनंदात असाल,
तर बाकीचा दिवस स्वतःच आपली काळजी घेईल.

- अल्बर्ट हबार्ड

अध्याय ४

भावनेची शक्ती कशी प्राप्त कराल?
बदला घेण्याच्या वृत्तीतून मुक्ती

आत्मवीराची पहिली शक्ती आहे, 'कृतज्ञता भावशक्ती'. आपल्या दैनंदिन जीवनात ही शक्ती दिसून येत नसल्यानं आपण तिचा लाभ घेऊ शकत नाही. पण ही शक्ती आपल्याला आत्मबळ प्राप्त करण्यासाठी साहाय्य करते. ही शक्ती आपल्याला एखाद्या चुंबकासारखं बनवत असल्यानं आपण विश्वातील उच्चस्तरावरील ऊर्जा आपल्या जीवनात आकर्षित करतो. आत्मवीराच्या सिंहासनावरील गादीवर ठेवलेलं मॅग्नेट, चुंबक याच शक्तीचा संकेत देतं. कित्येकदा, आपल्याला जी शक्ती प्रत्यक्षात समोर दिसते, त्याच शक्तींबद्दल आपल्याला ठाऊक असतं. आपले विचार, आपलं संभाषण, आपल्याकडून होणाऱ्या कृती या सगळ्यांविषयी आपल्याला माहिती असते. मग आपण त्यांचा हवा तसा वापर करतो. पण कधी कधी या सर्व गोष्टींमागे दडलेल्या खऱ्या भावनांचा आपल्याला थांगच नसतो. त्या भावनांमध्येही शक्ती असते हेच आपल्याला माहीत नसतं. त्यामुळे या शक्तीचा आपण लाभ घेऊ शकत नाही. आपले विचार, आपली वाणी आणि आपली क्रिया या सगळ्यांच्या मागे समभाव (एकाच प्रकारची भावना) नसल्याने आपण विस्कळीत जीवन जगतो. आपले विचार एका दिशेनं जात असतात, वाणी वेगळंच काही बोलत असते तर कृती भलतीच केली जाते. आपले विचार, वाणी,

कृती यांच्यात काहीच ताळमेळ नसतो. मात्र आत्मवीर संपूर्ण (अखंडित) जीवन जगतो, जिथे विचार, वाणी आणि क्रिया यांचा भावनाशक्तीबरोबर संपूर्ण ताळमेळ असतो. आत्मवीराच्या विचार, वाणी आणि क्रियेत नेहमीच समभावना, एकाच प्रकारची भावना असते.

कृतज्ञता भावना शक्ती म्हणजे काय? हे आपण शकुंतला आणि द्रौपदीच्या उदाहरणातून सविस्तर समजून घेऊ या.

१) महाकवी कालिदासानं सांगितलेली 'दुष्यंत-शकुंतलेची गोष्ट' आपण ऐकली असेलच! या गोष्टीत शकुंतला म्हणजे साक्षात अहंकाराचं रूप होय. जिथं संशय असतो, शंका असते, तिथं शकुंतलेचं नेहमीच वास्तव्य असते.

कल्पना करा, आपण शकुंतलेचं नाटक पाहायला गेला आहात आणि त्यात शकुंतलेची भूमिका करतोय तुमचा मित्र रामदास. आपण नाटक बघत असता. शिवाय रामदासचीही आपल्याला चांगली ओळख आहे. नाटक संपल्यावर आपण रामदासला भेटायला जाता, परंतु रामदास अजून शकुंतलेच्या भूमिकेतून बाहेरच आलेला नसतो. हे पाहून आपण हैराण होता. नाटक संपल्यानंतरही रामदास अद्याप आपल्या भूमिकेतच पूर्णपणे रमला आहे, तो स्वतःला शकुंतलाच समजून आपल्याला प्रश्न विचारतो, 'माझं दुःख कधी दूर होईल?... माझे दुष्यंत कधी परतून येतील?... की मी जन्मभर एकटीच राहीन?...'

आपल्या मित्राची अशी अवस्था पाहिल्यावर आपण त्याला कोणता सल्ला द्याल? आपण त्याला सांगाल, 'बाबा रे, तू आधी स्वतःला जाण, तू नक्की कोण आहेस? सत्य जाणून घे, शकुंतला कोण आहे? ते तर नाटकातलं केवळ एक पात्र आहे. ते प्रत्यक्षात आहे की नाही, हेही माहीत नाही. जरा शोध घे, तरच तुझं दुःख दूर होईल.'

वरील उदाहरणात कितीतरी गहिरे संकेत दडलेले आहेत. या गोष्टीत 'रामदास' म्हणजे 'आपण स्वतः', जो या पृथ्वीवर आल्यानंतर स्वतःला विसरून गेला आहे. रामदासला जो सल्ला दिला जातो, तेच मार्गदर्शन जीवनात आपले सद्गुरू देत असतात. माणूस पृथ्वीवर आल्यानंतर, इथे चालणाऱ्या सृष्टीच्या नाटकात भूमिका करतो आणि त्या भूमिकेशीच तो इतका एकरूप होऊन जातो, की स्वतःचं खरं स्वरूपच विसरून जातो. शकुंतला (नाटकातलं पात्र) बनून तो विचारतो, 'माझं दुःख कधी दूर होणार?' तेव्हा सद्गुरू त्याला सांगतात, 'आधी स्वतःला जाण. स्वतःची ओळख पटली, तर तुझी सर्व दुःखं आपोआप क्षणार्धात विलीन होतील.'

या सर्व गोष्टी सुरुवातीला माणसाला कळत नाहीत. पण सद्‌गुरूंनी सांगितलेल्या सत्यावर विश्वास ठेवून जेव्हा तो मनन करतो, तेव्हा त्याला परम सत्याविषयी जाणण्याची इच्छा निर्माण होते. परमसत्याची ओळख करून घेण्यासाठी तो उत्सुक असतो. त्यानंतर त्याच्या प्रश्नांमध्ये बदल व्हायला लागतो. त्याच्या मागण्या बदलायला लागतात. तो सद्‌गुरूला विचारतो, 'मला आत्मसाक्षात्कार कधी होणार?' तेव्हा त्याला खरं उत्तर मिळतं, 'जो विचारतोय, त्याला आत्मसाक्षात्कार होणार नाही. 'शकुंतला' (अहंकार) गायब झाला तर आपोआपच आत्मसाक्षात्कार होईल.' हे कळल्यावर माणूस स्वतःच्याच अज्ञानावर शंका घेऊन पहिल्यांदाच स्वतःला योग्य प्रश्न विचारतो, 'मी कोण आहे? मी शकुंतला (मन, शरीर) आहे, की आणखी कोणी?'

अशा तऱ्हेनं स्वतःवरच शंका घ्यायला सुरुवात होताच सत्याच्या प्रवासात पुढची मार्गक्रमणा करता येते. नाही तर शकुंतला सारख्या तक्रारीच करत राहते. ती कालिदासावरच नाराज होते, 'कालिदासानं माझी गोष्ट अशी का लिहिली? माझ्या दुर्भाग्यासाठी खरंतर कालिदासच कारणीभूत आहे.' इथं कालिदास, ईश्वराला म्हणजे देवाला म्हटलं आहे. माणूस स्वतःला जाणून न घेता ईश्वरावर शंका घ्यायला लागतो. त्याच्या योजना न समजल्याने त्याच्यावर नाराज होतो. ईश्वरालाच तो नाराजी दाखवीत म्हणतो, 'माझी गोष्ट तुम्ही लिहिली आहे... तेव्हा तुम्हीच माझ्या दुर्भाग्यासाठी जबाबदार आहात.'

जोपर्यंत माणूस स्वतःला ओळखत नाही, तोपर्यंत त्याच्या तक्रारींना अंत राहत नाही. स्वतःची ओळख पटल्यावर तो आपोआपच ईश्वराची लीला ओळखू लागतो. त्याला ती समजू लागते. मग या संसारात चालू असलेल्या नाटकाचं रहस्य त्याच्यासमोर उलगडतं.

शकुंतलेला जेव्हा स्वतःला जाणण्यास सांगितलं, तेव्हा तिला समजतं, 'अरेच्या, मी तर ईश्वराच्या नाटकातील एक पात्र आहे.' मग तिचं मन शांत होऊन ते ईश्वराला सहजपणे समर्पित होतं. मनाच्या समर्पणानंतरच खरंतर भक्तीची सुरुवात होते. आत्तापर्यंत जे मन तक्रारींमध्ये अडकलं होतं, त्यात आता भक्तीची भावना उत्पन्न होते. माणूस शकुंतलेच्या अवस्थेतून बाहेर पडून द्रौपदीच्या अवस्थेत येतो.

२) तरीही द्रौपदीची अवस्था म्हणजे शेवटची अवस्था नव्हे पण ती शकुंतलेच्या अवस्थेपेक्षा नक्कीच श्रेष्ठ अवस्था आहे. द्रौपदीनं श्रीकृष्णाला भाऊ, सखा मानलं होतं. श्रीकृष्णानं द्रौपदीला जो काही सल्ला दिला, तो तिनं

ऐकला, अमलातही आणला. म्हणून ती एका वेळीच पाच पतींना सांभाळू शकली. तिच्या पाचही पतींमध्ये निरनिराळे गुण होते. कुणी तमोगुणी, कुणी तमोमद गुणी (तमोगुण आणि रजोगुण यांच्या मधली अवस्था), कुणी रजोगुणी, कुणी रजोमद गुणी (रजोगुण आणि सत्त्वगुण यांच्या मधली अवस्था) तर कुणी सत्त्वगुणी होतं. केवळ श्रीकृष्णाच्या सल्ल्यामुळे ती या पाच जणांमध्ये संतुलन राखू शकली.

कौरवांकडून खेळल्या गेलेल्या जुगारात युधिष्ठिरानं द्रौपदीलाच पणाला लावलं. युधिष्ठिर हरल्याने पांडव द्रौपदीलाही जुगारात हरले. मग दुःशासनानं द्रौपदीला फरफटत राजदरबारात आणलं. हाच दरबार द्रौपदीसाठी रणमैदान बनला. या मैदानावर तिचे नातेवाईक, मित्र परिवार आणि शत्रू दोन्ही उपस्थित होते. त्या सर्वांशी बोलून तिनं स्वतःला वाचवण्याचा पूर्ण प्रयत्न केला. द्रौपदी स्वतःच्या मान मर्यादेच्या रक्षणासाठी सतत प्रयत्नशील राहीली. पण जेव्हा तिच्या लक्षात आलं, की शत्रू तर शत्रूच आहेत पण मित्रही शत्रू झालेत, तेव्हा तिनं सारे प्रयत्न सोडले आणि ती श्रीकृष्णाला शरण गेली. पूर्ण शरणागती पत्करल्यानंतरच तिला श्रीकृष्णाकडून ज्ञान (अभय वरदान) प्राप्त झालं.

अर्जुन बुद्धिवादी असल्याने युद्धादरम्यान श्रीकृष्णानं त्याला शब्दांद्वारे ज्ञान दिलं आणि 'भगवद्गीता' निर्माण झाली. पण द्रौपदीला जे ज्ञान दिलं ते शब्दांचं नव्हतं, तर भावनांचं ज्ञान होतं. तिला श्रीकृष्णानं 'भावगीता' प्रदान दिली. ही भावगीता म्हणजेच 'कृतज्ञता भावशक्ती'.

श्रीकृष्णाकडून भावगीता मिळवण्याच्या प्रक्रियेत द्रौपदीचा त्याग आणि समर्पणाची पराकाष्ठा झाली. द्रौपदीनं जेव्हा स्वतःची शक्ती पणाला लावणं सोडलं, जी साडी तिनं धरून ठेवली होती, ती पकडणंही सोडलं, तेव्हाच तिला श्रीकृष्णानं ज्ञान दिलं. त्यानंतरच तिला भावगीता मिळाली. गोष्टीत सांगितलं गेलंय, साडी सोडल्यानंतर श्रीकृष्णानं स्वतः त्या साडीची लांबी वाढवायला सुरुवात केली. दुःशासन साडी ओढून ओढून थकला पण साडीची लांबी संपता संपत नव्हती. उलट वाढतच होती. गोष्टीत असं सांगितलं जातं कारण ही एक आंतरिक घटना आहे. या घटनेत खोल गर्भितार्थ दडलेला आहे. द्रौपदीची साडी ७०० साड्यांइतकी लांब झाली होती. याचाच खरा अर्थ आहे, त्या वेळी द्रौपदीला भावगीतेचे ७०० श्लोक प्राप्त झाले. गोल-गोल फिरत असताना ती श्रीकृष्णानं दिलेलं वस्त्र धारण करत होती, म्हणजेच ग्रहणशील होऊन, अत्यंत एकाग्रतेनं श्रीकृष्णाकडून ज्ञान मिळवत होती. त्या वेळी तिला इतर कशाचंही भान नव्हतं.

गोष्ट रोमांचक होण्यासाठी ती लक्षात राहावी म्हणून वेगळ्या पद्धतीनं

सांगितली जाते. येणाऱ्या पुढच्या पिढीनं त्या समजून आत्मसात कराव्यात हा त्यामागचा उद्देश! कोणीतरी त्या गोष्टीवर मनन-चिंतन करून त्यातील खरा अर्थ समजून घेईल अशी आशा त्यामागे असते.

बऱ्याचदा काळानुसार भाषा बदलत जाऊन गोष्टीतला गर्भितार्थ विसरला जातो. गोष्टीतल्या ज्या काही घटनांचा अर्थ लोकांना कळतो, त्या तशाच राहतात. मात्र ज्यांचा अर्थ कळत नाही, त्या पुस्तकातून काढून टाकल्या जातात. पुस्तक विकलं जावं यासाठी गूढ गोष्टी वगळल्या जातात. गोष्टी लोकांपर्यंत पोहोचतात, त्यातला वरवरचा अर्थ त्यांना कळतो पण मूळ भावार्थ, गर्भितार्थ त्यांच्यापर्यंत पोहोचत नाही.

खरंतर वस्त्रहरणाच्या वेळी द्रौपदी श्रीकृष्णाकडून भावनांच्या रूपानं अंतिम ज्ञान मिळवत होती. त्या वेळी ती 'मी शरीर नाही' हे अंतिम सत्य भावनेतून जाणून घेत होती. आपल्याच सग्यासोयऱ्यांकडून मिळालेल्या उपेक्षेनं, प्रतारणेमुळे ती दुखावली होती. मात्र परमस्वरूपाचं ज्ञान झाल्यानंतर तिच्या चेहऱ्यावर आत्मविश्वासाचं तेज झळकू लागलं आणि वस्त्रहरणाची घटना लगेच थांबली. त्या घटनेबद्दल, आधी ती खूप भयभीत होती. पण ज्ञान मिळाल्यानंतर ती घटना टळली. त्या घटनेतून आणि घटनेच्या परिणामातून ती मुक्त झाली.

अंतिम सत्याचं ज्ञान झाल्यानंतरही द्रौपदीमध्ये मातापित्यांकडून आलेल्या काही वृत्ती, सवयी, कुसंस्कार तसेच होते. द्रौपदीचा जन्मच मुळात बदला घेण्याच्या भावनेतून झाला होता. द्रौपदीचे पिता द्रुपद द्रोणाचार्यांवर नाराज होते. द्रोणाचार्यांनी त्यांना युद्धात हरवून जिंकल्यावरही, त्यांचं राज्य परत दिलं होतं. या घटनेमुळं द्रुपद राजाचा अहंकार दुखावला गेला होता. त्यांना वाटत होतं, 'द्रोणाचार्यांनी माझं राज्य भीक म्हणून मला परत दिलं आहे. त्याचा बदला मी नक्कीच घेणार.' या बदला घेण्याच्या भावनेतूनच त्यांनी पुत्रप्राप्तीसाठी यज्ञ केला. या यज्ञातूनच त्यांना धृष्टद्युम्न नावाचा मुलगा आणि मुलीच्या रूपात द्रौपदी मिळाली. राजा द्रुपदानं आपल्या दोन्ही मुलांना बदला घेण्याच्या भावनेतूनच निर्माण केलं होतं आणि हीच भावना त्यांच्या जीवनात मोठा अडथळा बनली.

बदल्याची भावना बदला

द्रौपदीवर बदला घेण्याच्या भावनेचेच संस्कार झाले होते. ही बदला घेण्याची भावनाच कृतज्ञतेच्या भावशक्तीमध्ये बाधा बनते. सांबराच्या या शिंगाचं नाव आहे बदलूसिंग!

आपल्यामध्ये बदला घेण्याची भावना निर्माण होताच लक्षात ठेवा, 'बदलूसिंग' आलेला आहे. हे शिंगं उगवताच सांबर झाडाझुडपांमध्ये फसायला लागतं. माणूसही या सांबरासारखाच आपल्या शक्तींमध्ये अडकतो, फसतो. खरंतर आपल्यातील शक्ती पुढे घेऊन जाण्यासाठी असतात पण माणूस त्यांच्यातच अडकून जातो. माझ्याकडे अमुक शक्ती आहे, या शक्तीच्या बळावर मी काहीही करू शकतो. या शक्तीनं मी समोरच्यांचं अशा प्रकारे नुकसान करू शकतो वगैरे वगैरे. शिंगं वाढत राहतं, टोचणी देत राहतं; पण ही गोष्ट अज्ञानामुळे माणसाच्या लक्षात येत नाही. वास्तविक ही शक्ती विकासाच्या मार्गावर पुढं घेऊन जाण्यासाठी असते, त्या शक्तीतच अडकून पडायचं नसतं. कारण बदला घेण्याच्या भावनेनं केलेलं कोणतंही काम माणसाचं नेहमी नुकसानच करतं.

आईवडिलांच्या आंतरिक अवस्थेचा प्रभाव मुलांवर नेहमीच पडतो. द्रौपदीच्या मनात बदला घेण्याची भावना पित्याकडून आली होती. बदल्याच्या भावनेनं केलेलं चांगलं कामही आपल्याला कर्मबंधनात अडकवतं. म्हणूनच बदल्याची भावना मनातून हद्दपार करून, आपण नेहमी कृतज्ञतेच्या भावनेनं जीवन जगायला हवं.

द्रौपदी जेव्हा कृतज्ञतेच्या भावनेनं ओथंबलेली होती, तेव्हा तिची अवस्था कशी होती? ईश्वराच्या कृपेसाठी धन्यवाद देणं, कृतज्ञता भावनेची शक्ती प्रकट करण्यासारखंच आहे. द्रौपदी जेव्हा हात जोडून गोल-गोल फिरत होती, तेव्हा तिच्या मनात कृतज्ञतेची भावना तुडुंब भरलेली होती. श्रीकृष्णाकडून दिली जाणारी भावगीता ती पूर्णपणे समर्पणाच्या भावनेनं ऐकत होती. त्याचबरोबर श्रीकृष्णाला धन्यवादही देत होती.

माणसामध्ये जसजशी कृतज्ञतेची भावना वाढत जाते, तसतसा तो कृतज्ञतेच्या भावनेतच जगायला लागतो आणि मग त्याच्या प्रार्थनेचं फळ त्याला आपोआप मिळतं. परिणामी त्याला हव्या असणाऱ्या गोष्टी त्याच्या जीवनात स्वतःच आकर्षित व्हायला सुरुवात होते. बहुतेक वेळा लोक प्रार्थनेचं फळ, प्रसाद मिळाल्यानंतरच धन्यवाद देतात; पण आपण फळ मिळण्यापूर्वीच धन्यवाद द्या. 'आपल्याला प्रसाद मिळाला आहे' अशा भावनेनं आधीच धन्यवाद द्या. कृतज्ञतेची ही भावना आपल्याला चुंबक बनवत असल्याने सगळ्या सकारात्मक गोष्टी आपण आपल्याकडे खेचून घेतो.

श्रीकृष्णाकडून ज्ञान मिळाल्यानंतरही द्रौपदी तिच्या मूळ प्रवृत्ती कमी करू शकली नाही. तिच्या सवयी, तिच्या भावना, धारणा तिनं बदलल्या नाहीत. द्रौपदीनं

दुःशासनाला क्षमा तर केलंच नाही उलट प्रतिशोधाच्या भावनेत ती अडकली. तसं पाहिलं तर, दुःशासन तिच्यासाठी मोठं निमित्त ठरला होता. दुःशासनामुळे द्रौपदीचं जुनं आवरण, जुन्या पूर्वग्रहांचं वस्त्र, जुनं झालेलं ज्ञान नष्ट झालं होतं. खरंतर त्यामुळेच तिला श्रीकृष्णाची, ईश्वराची प्राप्ती झाली, सत्याचं दर्शन झालं. द्रौपदीनं उच्च स्तरावरून असा विचार केला असता, तर तिच्या जीवनात हिंसेने प्रवेश केलाच नसता.

यासाठीच द्रौपदीला आज आठवताना, मीरा किंवा राधेसारखं आठवलं जात नाही. द्रौपदीनं जर आपल्या प्रवृत्तींवर, स्वभावावर काम केलं असतं, तर निश्चितच ती मीरा किंवा राधेसारखी अनन्य भक्त झाली असती. द्रौपदीला 'कृष्णा' या नावानंही ओळखलं जातं; पण इतकं उच्च स्तरावरचं नाव मिळूनही ती आपल्या प्रवृत्तींमध्येच अडकली. आपल्याबरोबर असं होऊ नये म्हणून आपण कृतज्ञतेच्या भावना शक्तीवर सखोलपणे काम केलं पाहिजे. या भावनेचा प्रभाव आपल्या जीवनात सकारात्मक गोष्टींना आकर्षित करतो. तर अभावाची भावना नकारात्मक शक्तींना आकर्षित करते, म्हणूनच आपण आपल्या जीवनात कृतज्ञतेची भावना आणून स्वतःला सक्षम केलं पाहिजे.

●

सारांश

- *जोपर्यंत माणूस स्वतःला ओळखत नाही, तोपर्यंत त्याच्या तक्रारींना अंत राहत नाही.*
- *बदला घेण्याच्या भावनेनं केलेलं कोणतंही काम माणसाचं नेहमी नुकसानच करतं.*
- *माणसामध्ये जसजशी कृतज्ञतेची भावना वाढत जाते, तसतसा तो कृतज्ञतेच्या भावनेतच जगायला लागतो आणि मग त्याच्या प्रार्थनेचं फळ त्याला आपोआप मिळतं.*

दुसरी शक्ती

एकत्रीकरणाची शक्ती
पॉवर ऑफ फोकस्ड एंथ्युझिअॅझम्

एकाग्रतेची शक्ती

जी केवळ योग्य बिंदूकडेच पाहून इतर सर्व अनावश्यक गोष्टींकडे दुर्लक्ष करते तीच खरी प्रतिभाशाली व्यक्ती असते.

–सॅम्युअल स्माइल्स

एकाच वेळी दोन कामं करायला घेतली तर एकही पूर्ण होत नाही.

–पब्लिलियस साइरस

आपले सर्व विचार हातातल्या कामावर केंद्रित करा.
कारण सूर्याची किरणंसुद्धा तोपर्यंत जाळू शकत नाहीत,
जोपर्यंत त्यांना एकत्रित केलं जात नाही.

– अलेक्झांडर ग्राहम बेल

अध्याय ५

मनाच्या एकत्रीकरणाची शक्ती आणि युक्ती

चंचलतेपासून मुक्ती

एकदा मन एकाग्र करण्याचं प्रशिक्षण देण्यासाठी गुरुजींनी सगळ्या मुलांना मोठ्या वडाच्या झाडाखाली बोलावलं. त्या झाडाच्या उंच फांदीवर, पानांमध्ये त्यांनी एक मातीचा पक्षी ठेवला होता. गुरुजींनी सगळ्या मुलांना तो पक्षी दाखवून निशाणा साधायला सांगितलं. सगळी मुलं धनुष्यावर बाण चढवून तयार झाली.

गुरुदेवांनी एकेका मुलाला बोलवून विचारलं, आत्ता तुम्हाला काय दिसतंय? एका मुलानं सांगितलं, 'मला समोर वडाचं झाड दिसतंय', तर दुसऱ्यानं सांगितलं, 'मला झाडाच्या फांद्या दिसतायत', तिसऱ्या मुलानं सांगितलं, 'मला पानं दिसतायत', तर आणखी एका मुलानं सांगितलं, 'मला झाडच्या फांदीवर बसलेला पक्षी दिसतोय.'

शेवटी गुरुदेवांनी अर्जुनाला विचारलं, अर्जुनाचं उत्तर होतं, 'गुरुजी मला फक्त पक्ष्याचा डोळा दिसतोय.' त्यानं दिलेलं हे उत्तर आपल्या सर्वांना माहीत आहे. तेव्हा गुरुजींनी खूश होऊन त्याला त्वरित निशाणा साधायला सांगितला. अर्जुनानं

एकाच बाणात त्या पक्ष्याचा डोळा फोडला. अशाप्रकारे दिलेल्या लक्ष्यावर मन एकाग्र करून, या एकाग्रतेचं अद्भुत प्रदर्शन अर्जुनानं द्रौपदीच्या स्वयंवरात केलं. त्यानंतरच अर्जुन महाभारतात सर्वश्रेष्ठ धनुर्धर म्हणून प्रसिद्ध झाला.

वर दिलेल्या उदाहरणात अर्जुनानं ज्या पद्धतीनं आपली संपूर्ण ऊर्जा फक्त पक्षाच्या डोळ्यावर एकवटली होती, त्याचप्रमाणं आपल्या जीवनाचं लक्ष्य मिळवण्यासाठी आपली ऊर्जा ही त्याच ठिकाणी केंद्रित केली पाहिजे. आपल्या जीवनाच्या लक्ष्यावर आपलं मन, आपली ऊर्जा संपूर्णपणे एकाग्र, एकत्रित झाली पाहिजे. अन्यथा मनुष्य इतर मुलांप्रमाणे पक्ष्याचा डोळा सोडून, दुसऱ्याच सर्व गोष्टी बघत बसतो. आपल्याला फक्त पक्ष्याचा डोळा (जीवनाचं लक्ष्य) दिसला पाहिजे.

मन एकाग्र करून चंचलतेला अंकुश लावा

मन एकाग्र करणं म्हणजे निरनिराळ्या दिशांना विखुरलेल्या आपल्या ऊर्जेला एका जागी आणणं. चंचल मन नेहमी इतस्ततः धावत असतं. ज्यायोगे आपली ऊर्जा कमी होत जाते. या चंचल मनावर जेव्हा माणूस अंकुश लावतो, त्याची ऊर्जा स्थिर होते. आत्मवीराच्या चित्रामध्ये दाखवलेला अंकुश, या केंद्रीत ऊर्जेचं प्रतीक आहे. मनाला अंकुश लावून आपली ऊर्जा आपण एकत्र ठेवू शकतो. ही ऊर्जा आपल्याला आत्मबळ प्राप्त करायला मदत करते.

एकाग्रतेच्या या शक्तीला धोका आहे तो 'चंचलसिंग' या शिंगापासून! चंचलसिंग म्हणजे चंचल मन, सतत चुळबुळ करणारं, इकडं-तिकडं धावत राहणारं तुलनात्मक मन. आपल्याला ते एकाग्र करायचं आहे. एकाग्रतेच्या शक्तीचा अनुभव घेणं तसं फारसं कठीण नाही.

ऊर्जेच्या केंद्रीकरणाची शक्ती

एक भिंग घ्या. ते कागदावर अशा तऱ्हेनं ठेवा, की सूर्याची किरणं त्यातून एकाच बिंदूवर पडतील. काही क्षण सूर्याचे किरण त्या बिंदूवर तसेच पडू द्या. काय होतं? काही वेळातच कागद जळायला लागतो. सूर्याची किरणं तर तीच आहेत, जी आपल्या अवतीभवती असतात. पण ती विखुरल्यानं फक्त उष्णता जाणवते; पण हेच विखुरलेले किरण आपण भिंगातून एका बिंदूवर केंद्रित केले तर आग लागू शकते. त्याचप्रमाणे मनाची ऊर्जा जेव्हा केंद्रित होते, ती महाशक्तिशाली बनते. त्यासाठी आपल्याला खूप विशाल व्हावं लागेल असंही नाही. आपल्याला

माहीत आहे, एक छोटासा अणूसुद्धा मोठ्ठा विस्फोट घडवून आणतो, विध्वंस करतो. गरज आहे ती आपली सगळी ऊर्जा एका बिंदूवर एकाग्र करण्याची, शक्ती ज्या विखुरलेल्या असतात, त्यांना एकत्र करण्याची. त्यासाठी मन एकाग्र करण्याची कला आपल्याला शिकायची आहे. भिंगाच्या समोर जसा बिंदू असतो, तसंच आपला आदर्श कायम आपल्या डोळ्यांसमोर, मनासमोर ठेवून त्यानुसार जीवनाची वाटचाल करण्याचा प्रयत्न आपल्याला करायचा आहे.

जगातल्या सर्व यशस्वी व्यक्तींनी हेच केलं आहे. याचाच अर्थ, यशस्वीतेचं एक अचूक समीकरण आहे. ज्या लोकांनी हे समीकरण सोडवलं, त्यांनी आपल्यासाठी पाऊलवाट आखून ठेवली. आपल्याला याच पाऊलवाटेवरून चालायचं आहे. आधीच्या लोकांपेक्षा पुढे जाऊन, इतरांसाठी नवीन वाट निर्माण करायची आहे. महापुरुषांच्या जीवनात डोकावलं, सफलतेच्या शिखरावर पोहोचलेल्या काही लोकांकडं पाहिलं, तर आपल्या लक्षात येतं; या लोकांच्या जीवनातही खूप अवघड प्रसंग आले, तरीही न डगमगता, त्यांना तोंड देताना हे लोक आपल्या मूळ लक्ष्यापासून, उद्दिष्टापासून कधीही दूर गेले नाहीत. आपलं लक्ष्य, ध्येय त्यांनी कधीही नजरेआड होऊ दिलं नाही.

आपल्या जीवनाचे सिद्धान्त ठरवा

महापुरुषांच्या जीवनगाथा वाचल्यावर आपल्याला कोणाची इच्छाशक्ती, निरीक्षणशक्ती, संवाद कुशलता, आंतरिक बळ हे सगळ्यात जास्त आहे असं वाटतं? ज्या व्यक्तीचं सर्वात जास्त आहे असं वाटेल तिचा आदर्श आपल्यासमोर ठेवा. आपल्या जीवनात अग्रेसर होण्यासाठी, त्या आदर्श व्यक्तीचं जीवन एखाद्या शिडीसारखं काम करेल. ज्यांची कार्यक्षमता जास्त आहे त्याचं उदाहरण नेहमी आपल्यासमोर राहू द्या. जो सामर्थ्यशाली आहे तो आपल्यासाठी आदर्शाचं काम करेल. या भावनांसह पुढे मार्गस्थ व्हा.

आपण खूप भाग्यवान आहात कारण जीवनात पुढे जाण्यासाठी आपल्यापुढे काही आदर्श उपलब्ध आहेत. पूर्वीचे काही लोक कोणत्याही आदर्शाशिवाय सर्वोच्च चेतनेच्या मार्गावर गेले आहेत. त्या वेळी जगात विज्ञानाची क्रांती झालेली नव्हती, संचाराची, संपर्काची कोणतीही साधनं उपलब्ध नव्हती. दूरदेशातील अमुक एक व्यक्ती माझ्यासाठी आदर्श आहे असं म्हणता येत नव्हतं. त्या वेळी जी काही समज मिळाली, त्या समजेतून लोकांनी सिद्धान्त तयार केले आणि पुढे गेले. आपणही स्वतःसाठी काही सिद्धान्त, काही नियम बनवून घ्या. त्यांना

कायम समोर ठेवा. ज्या दिवशी आपले आदर्श आठवणार नाहीत, तो दिवस व्यर्थ गेला असं समजा.

काही अलौकिक महापुरुषांनी उन्मादावस्थेत सत्याचा शोध लावला. आपण जेव्हा ते सत्य आजमावाल, पारखून घ्याल... तेव्हा नकळत आपल्या जीवनात एकाग्रतेची शक्ती काम करायला लागेल. यासाठी अट केवळ एकच, आपली ऊर्जा आपल्या आदर्शांवर केंद्रित असली पाहिजे. आपल्या जीवनात स्वतःचे असे काही सिद्धान्त असले पाहिजेत. या सिद्धान्ताच्या आधारावर आपण जीवन जगलं पाहिजे. मैत्री करतानाही आपण आपले नियम पाळले पाहिजेत अन्यथा बऱ्याचदा मित्र आपली दिशाभूल करतात. म्हणूनच गौतम बुद्धांनी सांगितलं होतं, आयुष्याच्या वाटेवर सोबत (संघ) महत्त्वाची आहे. आपण साधू-संतांच्या संगतीत राहिलात, तर मुक्ती मिळेल आणि चोरांसोबत राहिलात तर तुरुंगवास घडेल.

आपण जर आपलं जीवन सिद्धान्ताच्या आधारावर जगत असाल, तर लोकांच्या बोलण्याला भुलणार नाही. बाकीचे लोकच आपल्याला फूस लावून चुकीच्या रस्त्यावर नेतात असं नव्हे तर कधी कधी आपणही लोकांच्या संभाषणाची पद्धत, चालण्याची ढब, कपडे घालण्याचा ढंग या सगळ्या गोष्टींना पाहून स्वतःच घसरतो, त्यांचं अनुकरण करायला लागतो. संत चोखामेळांनी आपल्याला सांगितलंच आहे, 'काय भुललासि वरलिया रंगा, ऊस डोंगा परी रस नोहे डोंगा.' म्हणून माणसाच्या बाह्यरूपावर भाळू नका, त्याच्या कपड्यांवरून प्रेरणा घेऊ नका, त्याचे सिद्धान्त पडताळून पाहा. त्या नियमांवर चाला. आदर्श आणि सिद्धान्त नेहमी योग्य मार्गदर्शन करतात. आपण नेहमी उच्च गोष्टींचीच निवड केली पाहिजे. एकदा आपल्या आयुष्यात सिद्धान्ताची स्थापना झाली, तर योग्य दिशा आपोआपच मिळत जाते. त्याचसोबत 'स्व'मध्ये स्थिर होण्याची, स्टॅबिलाइजेशनची तयारी सुरू होते.

स्थिरता म्हणजे एकाच जागी थांबणे नव्हे, तर याचा अर्थ, आपण आपलं लक्ष्य नियमितपणे समोर ठेवलं असून हे ध्येय गाठण्याची शक्ती आपल्यात आहे. आपल्याला हे जमत नसेल तर लक्षात ठेवा, 'चंचलसिंग' त्याचं काम करणारच आहे. तो आपलं लक्ष योग्य गोष्टींवरून हटवून चुकीच्या दिशेनं नेणारच. पण आपण जर आपला आदर्श नेहमी डोळ्यासमोर ठेवला, तर हळूहळू आपली तयारी होते. म्हणूनच आपला आदर्श कधीही हरवू नका, त्याला नजरेआड करू नका.

एखाद्या व्यक्तीला खजिन्याचा पहारा करण्यासाठी नेमायचं असेल, तर त्याच्यात पहिला गुण, एक क्षणभरही त्याचं लक्ष खजिन्यावरून हटता कामा नये

हा असला पाहिजे. नाहीतर खजिन्याची चोरी होऊ शकते. चंचलसिंग आपल्या अनुभवरूपी खजिन्याची चोरी करण्यासाठी जणू सदैव टपलेलाच असतो आणि आपणही त्याच्या उलट्या चालीला फसून, स्वतःला विसरून चुकीची निवड करतो. त्यामुळे आपलं मन नेहमी सतर्क, लक्ष नेहमी आदर्शावर केंद्रित हवं. ही आहे - पॉवर ऑफ फोकस, केंद्रीकरणाची शक्ती, एकाग्रतेची शक्ती! आत्मवीर या शक्तींना अगदी सहजतेनं आत्मसात करतो.

आपल्या ऊर्जा एका बिंदूवर कशा एकाग्र करायच्या हे पुढच्या अध्यायात पाहू या.

●

सारांश

✦ *मन एकाग्र करणं म्हणजे निरनिराळ्या दिशांना विखुरलेल्या आपल्या ऊर्जेला एका जागी आणणं.*

✦ *आपण खूप भाग्यवान आहात कारण जीवनात पुढे जाण्यासाठी आपल्यापुढे काही आदर्श उपलब्ध आहेत.*

अध्याय ६

पूर्व अवस्थेतून निर्णय घ्या

ध्येय सोपं कसं बनवाल?

श्री. चक्रवर्ती एक मोठे गणितज्ञ होते. त्यांनी अंकगणितावर अनेक पुस्तकं लिहिली होती. त्यांचं पूर्ण जीवन एकाच गोष्टीवर, बिंदूवर केंद्रित होतं. अवघड गणितं किती पद्धतींनी सोडवता येतील,

याच्या निरनिराळ्या पद्धती ते नेहमी शोधत राहत.

एकदा त्यांच्या खांद्यावर मोठी गाठ आली. डॉक्टरांनी सांगितलं,'ही गाठ ऑपरेशन करून काढावी लागेल. त्यासाठी तुम्हाला भुलीचं इंजेक्शन द्यावं लागेल.' श्री. चक्रवर्तींनी विचारलं, 'भुलीचं इंजेक्शन कशासाठी?' त्यावर डॉक्टर म्हणाले, 'ऑपरेशनच्या दरम्यान वेदना होऊ शकतात. आधीच तुमच्या खांद्यातून कळा येताहेत. तुम्हाला भूल दिली नाही तर आपण हालचाल कराल, वेदनेनं ओरडाल. त्याने ऑपरेशन नीट होऊ शकणार नाही.' श्री. चक्रवर्ती म्हणाले, 'बस्स! एवढीशीच गोष्ट. मी बिलकुल हालचाल करणार नाही. तुम्ही माझ्या

घरातून अंकगणिताचं पुस्तक मागवा.'

ऑपरेशन सुरू झाल्यावर त्यांनी गणिताच्या एका प्रश्नावर मनन करायला सुरुवात केली. डॉक्टरांनी त्यांचं काम चालूच ठेवलं, पूर्ण ऑपरेशन पार पडलं. पण श्री. चक्रवर्तींच्या तोंडातून चकार शब्द बाहेर पडला नाही. त्यांचं सारं लक्ष गणिताच्या प्रश्नावरच केंद्रीत होतं.

गणितावर मन एकाग्र करणं श्री. चक्रवर्तींसाठी फार मोठी गोष्ट नव्हती. त्यांना माहीत होतं, गणितं सोडवताना ते पूर्णपणे हरवून जातात.

अशा प्रकारे निसर्ग देखील आपल्याला काही संकेत देत असतो, पण आपण नकळत त्यांच्याकडे दुर्लक्ष करतो. आपलं डोकं खूप दुखत असतं तरीपण आपण राहिलेलं महत्त्वाचं काम करायला सुरुवात करतो. पाठ खूप दुखत असते पण घरात पाहुणे आले, तर आपण त्यांच्या सरबराईला सुरुवात करतो. त्या वेळेपुरतं आपण दुखणं पूर्णपणे विसरून जातो. काही वेळानं पाहुणे गेले की परत पाठ दुखायला सुरुवात होते. खरंतर दुखणं तसंच असतं... पण आपलं मन, आपली ऊर्जा कामावर, पाहुण्यांच्या सरबराईवर केंद्रित होते. आपला फोकस बदललेला असतो. अशा प्रकारे ध्यान केंद्रित करण्याचं प्रशिक्षण आपल्याला साधनेतून मिळतं. आत्मबळ प्राप्त करण्यासाठी ध्यान केंद्रीकरण करणं अतिशय आवश्यक असतं.

ध्यान केंद्रित करण्याचं शिक्षण मिळाल्यावर कोणत्याही घटनेवरून आपला फोकस हटवणं सोपं होतं. आपण मजेत, आनंदात घरी बसलेला आहात आणि अचानक फोन येतो. फोनवरून आपल्याला कुणीतरी वाईट बातमी सांगतं, गप्पांमधून नकारात्मक विचार देतं. अशावेळी आपलं मन डळमळीत होतं. आपला आनंद नाहीसा व्हायला सुरुवात होते. तेव्हा लक्षात ठेवायला हवं, फोन येण्याच्या आधी आपली मनःस्थिती कशी होती? फोनवरची बातमी ऐकल्यावर मी उदास झालो पण जोपर्यंत फोन उचलला नव्हता, तोपर्यंत तर माझं मन आनंदी होतं. मग आता पुन्हा त्याच पूर्वावस्थेत मी जाऊ शकतो का?

नकारात्मक विचार आल्यानंतर होणारी मनःस्थिती आपल्याला आवडत नाही, मग आपण लगेच स्वतःला विचारलं पाहिजे, 'हा विचार येण्याआधी माझी मनःस्थिती कशी होती? मी शांत होतो, मग आताही मी त्या पूर्व अवस्थेत - शांततेत राहू शकणार नाही का?... त्या विचारानं माझ्या अंतरंगात अशी काय खळबळ माजवली?... त्या विचारात अशी कोणती शक्ती आहे, ज्यानं माझं मन डळमळीत झालं?...' हे लक्षात आल्यावर आपण पूर्व अवस्थेत जाल. एकदा या

गोष्टीचा तुमचा अभ्यास नीट झाला, की आपण फक्त पूर्व अवस्थेतच नव्हे तर पुन्हा तिथे स्थापित देखील व्हाल. पूर्व अवस्थेत जाऊनच आपल्याला उच्चस्तरीय निर्णय घेता येतो.

मन शांत अवस्थेत असताना केलेली निवड नेहमीच योग्य आणि उच्चतम असते. त्यामुळे, कोणताही निर्णय घेताना पूर्व अवस्थेत जा. फक्त आपणच असं करत नाही तर कॉम्प्युटरच्या जगात काम करणारे लोकही रोज याचा अनुभव घेतात. एखादा कॉम्प्युटर बिघडला, त्याच्यात व्हायरस आला, तर ते कॉम्प्युटरला पुन्हा मागे, रिस्टोर पॉइंटवर नेतात. जिथं सर्व काही उत्तम रीतीनं चालू होतं. कॉम्प्युटरला रिस्टोर पॉइंटवर नेल्यानंतरच ते निर्णय घेतात, आता त्यात नवीन प्रोग्रॅम टाकायचा आहे, की जुना काढून टाकायचा आहे.

आपण ज्या गोष्टीवर लक्ष केंद्रित करतो, मन एकाग्र करतो, ज्या गोष्टीसाठी क्षमता येते, ज्या आदर्शावर आपला फोकस आहे, त्याचंच प्रतिबिंब आपल्या जीवनात पाहायला मिळतं. सत्याप्रती असलेलं प्रेम आणि भक्ती, आपल्याकडून उच्च कार्य करवून घेते आणि आपल्याला मुक्ती मिळवून देते. शिवाय आपल्या अंतर्यामी आत्मवीराला प्रकट होण्याची संधी देते ते वेगळंच.

मनात येईल ते करण्याची मुभा मिळणं म्हणजे मुक्ती नव्हे. या चुकीच्या धारणेत, विचारात फसल्यानं लोकांना स्वतंत्र तंत्र म्हणजेच खरं स्वातंत्र्य असं वाटतं, पण ती तर असते, मनाची गुलामी. मनात येईल तसं आपण वागतो, म्हणजेच मनाचे गुलाम होतो. पण सत्यासाठी आपल्या मनात खरी भक्ती असेल, तर मनाचा कोणताही विकार आपल्याला कुठल्याही बंधनात बांधू शकत नाही. आपण मुक्त झाल्यावर सर्व शक्ती मोकळेपणानं, एकसाथ आपल्यासाठी कार्य करतात.

आतापर्यंत सांगितलेल्या सर्व शक्ती आपण आपल्या आदर्शावर केंद्रित केल्या, तर लक्षात येईल, त्या सर्व शक्ती आपल्याला आत्मसात झाल्या आहेत. मग सर्व गोष्टी कितीतरी सहजपणे होताना दिसतात. आधी ज्या गोष्टींसाठी जाणीवपूर्वक प्रयत्न करावे लागत होते, त्याच आता सहजसोप्या झालेल्या आहेत. आपला प्रयत्नांचा भार त्या शक्तींनी उचललेला असतो.

जीवनात एकाग्रता, एकनिष्ठता आली, तर पर्वतही कोसळतात. मग या शक्तीपुढे कोणताही अडथळा टिकत नाही. पुढील उदाहरणातून हे समजून घेऊ या.

एक माणूस एका मोठ्या पर्वतावर छिन्नीनं खोदत होता. काही

देवता संचार करता-करता तिथं आल्या. त्यांनी विचारलं, 'काय करतोस?', त्या माणसानं सांगितलं, 'मला हा पर्वत इथून हटवायचा आहे.' 'का?' देवतांनी आश्चर्यानं विचारलं. त्या माणसानं उत्तर दिलं,'या पर्वताला अडून ढग फक्त पलीकडच्या बाजूला पाऊस पाडतात. अलीकडच्या माझ्या शेतात पाऊस पडतच नाही. म्हणून मला इथून पर्वत हटवायचा आहे.' हे ऐकल्यावर देवता स्मित करून पुढे निघाल्या.

तितक्यात त्या पर्वतानं त्यांना थांबवलं आणि तक्रार केली, 'या माणसाला तुम्ही थांबवत का नाही? त्यासाठी काहीतरी उपाय करा.' त्यावर देवतांनी त्या पर्वताला दिलासा दिला, 'अरे, हा छोटासा शेतकरी तुझं काय वाकडं करू शकणार? तू निश्चिंत राहा.' असं म्हणून त्यापुढे निघून गेल्या.

काही दिवसांनी देवता पुन्हा त्या पर्वताजवळ आल्या, त्यांनी बघितलं, पर्वतावर दगड फोडणाऱ्या बऱ्याच मशिन्स लावलेल्या आहेत. दगड तोडल्यावर, काही मजूर तो मलबा लांब नेऊन टाकत होते. देवतांना पाहून पर्वत रडू लागला आणि म्हणाला, 'मी तुम्हाला आधीच सांगितलं होतं, त्या शेतकऱ्याला थांबवा. पण तुम्ही माझं काही ऐकलं नाही. तुम्ही माझी प्रचंड आकाराची शक्ती पाहिलीत, परंतु त्याची अढळ इच्छाशक्ती पाहिलीच नाहीत.'

या गोष्टीत आपण पाहिलं, देवतांचा शेतकऱ्याच्या शक्तीवर विश्वास नव्हता. पण त्या शेतकऱ्याचा आपल्या शक्तीवर दृढविश्वास होता. आपल्या इच्छाशक्तीबद्दल त्याला पूर्ण आत्मविश्वास होता. या विश्वासातूनच त्यानं त्याचं ध्येय गाठलं. एवढा मोठा पहाड शेवटी चक्काचूर झाला, हा हा म्हणता कोसळला.

ही गोष्ट असली, तरी आपल्याला यातून मिळणारे संकेत स्पष्ट आहेत. आपण आपल्या शक्ती, आपल्या ऊर्जा एका स्थानावर, बिंदूवर केंद्रित केल्या तर मोठमोठे पर्वतसुद्धा तोडता येतात. या गोष्टीचं तात्पर्य असं आहे, आपल्या साऱ्या शक्ती एकवटल्यावर, एखाद्या पर्वताएवढं लक्ष्य गाठणं ही अगदी सहज सोपं होतं.

सारांश

- *ध्यान केंद्रित करण्याचं शिक्षण मिळाल्यावर कोणत्याही घटनेवरून आपला फोकस हटवणं सोपं होतं.*
- *मन शांत अवस्थेत असताना केलेली निवड नेहमीच योग्य आणि उच्चतम असते.*
- *सत्याप्रती असलेलं प्रेम आणि भक्ती, आपल्याकडून उच्च कार्य करवून घेते आणि आपल्याला मुक्ती मिळवून देते.*

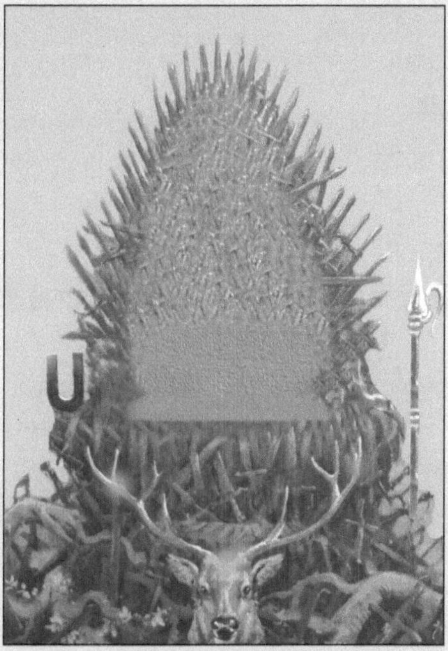

तिसरी शक्ती

शुद्ध उपस्थितीची शक्ती
पॉवर ऑफ फॉर्मलेस प्रेझेन्स्

मनाच्या विकारांशिवाय उपस्थित राहण्याची शक्ती
विकारांविना उपस्थितीची शक्ती

जी व्यक्ती तिरस्कारानं भरलेली आहे, तिला दुसऱ्या शत्रूंची आवश्यकताच नाही. दुःखी होण्यासाठी तिच्या मनातील फक्त तिरस्कारच पुरेसा आहे.

सूड घेणं, बदला घेणं या गोष्टी संकुचित बुद्धीच्या लोकांसाठी मनोरंजनाच्या गोष्टी आहेत.

- जुवेनाल

स्वभावाने स्वार्थी असलेले लोक दुसऱ्यांच्या घरात आग लावतात, तेही फक्त आपली अंडी उकडण्यासाठी.

- फ्रान्सिस बेकन

अध्याय ७

उपस्थितीची शक्ती जाणा

जे आपण आहात, तेच बनून उपस्थित राहा

माणसाचं सर्वात मोठं बळ, शक्ती आणि आत्मबळ आहे- त्याची शुद्ध उपस्थिती! शुद्ध उपस्थितीचा अर्थ आहे, स्वतःला जाणून, आपण जे आहोत तेच बनून उपस्थित राहाणं. आपण शरीर नाही, कुणाचे माता-पिता नाही, की कुणाचे भाऊ - बहीण नाही. कुणाचे विद्यार्थी नाही, की कुणाचे शिक्षकही नाही. कुणाचे मित्र नाहीत, की कुणाचे शत्रू देखील नाही. फक्त आहात, ईश्वराचं एक रूप! या ईश्वराच्याच रूपात कायम उपस्थित राहणं ही एक महाशक्ती आहे. आत्मवीराच्या चित्रामध्ये त्याच्या डोक्यावर असणारा तेजस्वी मुकुट याचंच प्रतीक आहे, त्याची उपस्थिती शुद्ध आहे! या शक्तीच्या साहाय्यानं आपण जीवनातल्या मोठ्यात मोठ्या समस्येतसुद्धा सकारात्मक विचारांसह, योग्य प्रकारे उपस्थित राहू शकतो.

शुद्ध उपस्थितीच्या या शक्तीलाच पॉवर ऑफ फॉर्मलेस प्रेझेन्स (निराकार उपस्थिती) असंही म्हटलं गेलं आहे. निराकार उपस्थिती म्हणजे अशी अवस्था

जिथं आपण शरीर, मन, बुद्धी नसतो. शिवाय आपल्यावर कोणतंही लेबल लावलेलं नसतं. आपल्या जीवनात जेव्हा अशी निराकार उपस्थिती येते, तेव्हा वास्तवात आपण जे आहोत, तेच बनून उपस्थित राहण्याची कला शिकतो.

आपल्या शुद्ध उपस्थितीचा अर्थ आहे, सकारात्मक विचार आणि भावनांनी स्वतःला जाणून उपस्थित राहणं! आपण एखाद्याला भेटवस्तू देतो, तेव्हा त्यावरचं किमतीचं लेबल काढून टाकतो. आपण दिलेल्या भेटीचं मूल्यांकन व्हावं असं आपल्याला वाटत नाही. त्याचप्रमाणे आपण एखाद्याला वेळ देतो, तेव्हा त्या वेळेचं मूल्यांकनही करता कामा नये. 'मी याच्या कामासाठी दहा मिनिटं दिली, माझ्या दहा मिनिटांची इतकी किंमत आहे... त्या वेळेत माझं किती मोठं काम झालं असतं... त्या दहा मिनिटांत मी अमुक गोष्ट केली असती...' इत्यादी. त्या व्यक्तीला वेळ देताना आपली उपस्थिती शुद्ध असायला हवी. फक्त त्या व्यक्तीच्या कामाबद्दलचाच विचार त्या वेळेत केला पाहिजे.

आपल्या शुद्ध उपस्थितीनं सर्व कामं सहजसोपी होऊन जातात. ईश्वराच्या उपस्थितीत सूर्य उगवतो, सूर्याच्या उपस्थित चराचर सृष्टी जागी होते. पशु-पक्षी, प्राणी त्यांच्या दिनचर्येला सुरुवात करतात. झाडंझुडपं नेमानं वाढत राहातात. फूलं उमलायला लागतात, फळं परिपक्व होतात. सर्व जण आपापल्या कामाला लागतात. या सगळ्या प्रक्रियेत सूर्य स्वतः काही करतो का? नाही, तो फक्त उपस्थित असतो. केवळ त्याच्या शुद्ध उपस्थितीमुळेच सर्व कार्य सुरू होतात.

सूर्याप्रमाणेच आपण देखील आपली उपस्थितीची शक्ती वृद्धिंगत केली पाहिजे. ही शक्ती आपल्यात निर्माण होऊ लागताच लक्षात येईल, आपली सर्व कामं सहजतेनं होताहेत. इतकंच काय पण अवघड कार्यंही सुकर, सुलभ झाली आहेत. अहंकारी विचार मनात बाळगून उपस्थित राहाल तर कामं होणार नाहीत.

'मी शरीर नाही' हे लक्षात ठेवून वास्तवात आपण जे आहोत त्याप्रमाणे उपस्थित राहिल्यानंतर सर्व गोष्टी आपोआप होत जातात. आपल्या जीवनात लक्ष्याच्या दिशेनं नेणाऱ्या घटना घडायला लागतात. हेच तर निसर्गाचं सौंदर्य आहे. त्यासाठी आपल्याला फक्त उपस्थितीची कला शिकायची आहे. ध्यानातही शुद्ध उपस्थितीत राहण्याची हीच कला आपण शिकतो. जे लोक ध्यानाचा जास्तीत जास्त अभ्यास करतात, त्यांनी उपस्थिती तेवढीच परिणामकारक होत जाते. ही गोष्ट आणखी सविस्तरपणे समजून घेऊ या.

इतरांसाठी रस्ता मोकळा करा

एखाद्या रस्त्यावर ट्रॅफिक जॅम होताच अनेक गाड्या एकमेकांचा रस्ता अडवून मध्येच उभ्या असतात. आता परिस्थिती अशी असते, एक गाडी निघाल्यावरच दुसरी निघू शकते, दुसरी निघाल्यावरच तिसरी गाडी पुढे जाऊ शकते. आता या सगळ्या गाड्यांमध्ये आपलीही गाडी अडकली आहे. समजा, अशा वेळेला आपल्याला एखादी शक्ती दिली, ज्यामुळं आपण ट्रॅफिकमधली कोणतीही एक गाडी गायब करू शकता, तर सर्वप्रथम आपण कोणती गाडी गायब कराल? सरळ आहे, आपण आपल्याच गाडीला गायब कराल.

अगदी असंच, आपल्या मनात विचारांचं ट्रॅफिक जॅम होताच आधी आतला अहंकार आपण गायब केला पाहिजे. अहंकारामुळे शुद्ध उपस्थितीत अडथळे येऊ लागतात, म्हणूनच विचारांचं ट्रॅफिक वाढत जातं. या अहंकारालाच 'गुरुसिंग' म्हटलं आहे, जो आपल्या उपस्थितीत बाधा आणतो. गुरुसिंग गायब व्हायला लागताच ईश्वरीय विचार यायला सुरुवात होते. मग वास्तवात आपण जे आहोत, त्याच्याच साक्षीनं उपस्थिती वृद्धिंगत होऊ लागते. जसं, सिद्धार्थ गौतम गायब होताच बुद्ध उपस्थित झाले. वर्धमानांची गाडी गायब झाली आणि तिथं भगवान महावीर उपस्थित झाले. भगवान बुद्ध, भगवान महावीर ही त्याच अनुभवांची नावं आहेत, ज्यांच्या उपस्थितीनं सत्याकडे जाणारा मार्ग गवसतो.

विश्वामध्ये ज्या ठिकाणी लोकांचा अहंकार गायब झाला, तिथंच सत्याप्रत नेणारा मार्ग मिळाला. ज्या लोकांनी स्वतःला ओळखलं, अंतिम सत्य जाणलं, त्यांनी या सत्याचा प्रचार आणि प्रसारही केला. आपल्या अंतर्यामीचा अहंकार (गुरुसिंग) गायब झाला, तर आपण दुसऱ्यांनाही सांगाल, 'उपस्थितीच्या शक्तीनं तुमच्या अंतरंगातील अहंकार गायब होऊ शकतो. मात्र त्यासाठी तुम्ही तयार आहात का?' त्यावर आपल्याला निरनिराळे प्रतिसाद मिळतील. कोणी तुमचं स्वागत करेल, कोणी आपल्याला शिव्या देत हाकलून देईल. कोणी म्हणेल, 'पुढे व्हा... आधीच आम्ही खूप टेन्शनमध्ये आहोत आणि त्यात तुम्ही येऊन आणखी त्रास देताय... निघा!'

गर्वापासून दूर

आपल्या अंतरंगातील अहंकार गायब झाला असेल, तर आपल्याला समोरच्या व्यक्तीच्या बोलण्याचं वाईट वाटणार नाही. गुरुसिंग बाजूला होताच,

आपण दुसऱ्यांनाही उपस्थितीच्या शक्तीचं महत्त्व आणि उपयुक्तता पटवून देऊ शकतो. शिवाय या कामात आपल्याला खूप आनंदही मिळेल. सत्य समजल्यानंतर हेच काम सर्वात महत्त्वाचं वाटतं.

माणूस गुरुसिंगच्या, गर्वाच्या आधीन कसा होतो, हे आपण पुढील उदाहरणातून समजून घेऊ या,

एका गावात मोहन नावाचा एक गरीब शेतकरी राहत होता. एका रात्री गाढ झोपेत असताना, त्याला स्वप्न पडलं आणि काही आवाजही ऐकू आले. तो झोपेतून उठला आणि कंदील घेऊन घराच्या तळघरात गेला. तळघराच्या एका कोपऱ्यातले कागद वाऱ्यानं फडफडत होते, त्याचाच आवाज त्याला ऐकू आला होता. परंतु आजपर्यंत त्या कोपऱ्याकडे त्याचं लक्षच गेलं नव्हतं, आणि ते कागदही त्यानं कधी पाहिले नव्हते. ती कागदपत्रं तपासल्यावर त्याला त्यात काही करारनामे मिळाले. त्यानं पहिला करारनामा पाहिला, तो कोणत्या तरी जमिनीचा, घराच्या मिळकतीचा करारनामा होता.

त्या पहिल्या करारनाम्यात लिहिलं होतं, 'चंदूची जमीन मोहनच्या नावावर आहे.' हे वाचल्यानंतर मोहन खूप खूश झाला. त्यानं विचार केला,'अरे वा! हे तर मला माहीतच नव्हतं. पण हा करारनामा माझ्या मालकीचा पुरावा आहे.'

मोहननं दुसरा करारनामा उघडून पाहिला, त्यात लिहिलं होतं, 'सूरजची जी जमीन आहे, ती मोहनची आहे.' हे वाचल्यानंतर मोहन अक्षरशः आनंदानं उड्या मारू लागला आणि म्हणाला, 'हा तर चमत्कारच आहे. माझं नशीबच जणू आज उघडलं. ही जमीनही माझी झाली. आज तर पार्टीच केली पाहिजे. दिवाळी साजरी झाली पाहिजे.'

तिसरा करारनामा वाचल्यावर तर तो दंगच होऊन गेला. त्यात म्हटलं होतं, 'कल्लू शेतकऱ्याची जमीन मोहनच्या नावे केली आहे.' हे वाचल्यावर तर मोहन हवेतच तरंगू लागला, 'अरे! कल्लू शेतकऱ्याची एवढी मोठी जमीन माझ्या नावावर आहे. किती छान!'

मग त्यानं पुढचा करारनामा वाचला, 'भूराची मोठा वाडा असलेली जमीन मोहनची आहे.' आता त्याची छाती अहंकारानं

फुलून गेली.

मोहन एकेक करत कागदपत्रं चाळत होता आणि त्याला समजत होतं, 'ही इस्टेट त्याच्या नावावर आहे... ती इस्टेटपण त्याच्या नावावर आहे... ही जमीन त्याची आहे... तो वाडा देखील त्याच्या नावावर आहे...' जमिनीच्या त्या कागदपत्रांवरून त्याच्या मालकीवर एकेक करून मोहोर उमटत होती. त्याच्या नावावर आता करोडो रुपयांची संपत्ती होती. आनंदाच्या भरात तो वेड्यासारखा ओरडू लागला, 'हे माझं आहे... ते पण माझं आहे... सगळंच माझं...'

अचानक त्याच्या मनात विचार आला, 'इतकं सगळं माझं कसं?... ही सर्व जमीन ज्या मोहनच्या नावावर लिहिली आहे, तोच मी आहे का...? हा मोहन प्रत्यक्षात आहे तरी कोण? माझं नाव मोहन आहे आणि एवढा मोठा जमीनजुमला माझ्या नावावर आहे, तेव्हा मी हे सगळं एकटा कसं सांभाळणार...? आज जे लोक या जमिनीचा सांभाळ करताहेत, त्यांचं भविष्यात काय होईल? एवढ्या मोठ्या इस्टेटीचं मी करणार काय...?'

अशा रीतीनं मोहननं स्वचौकशी केली, स्वतःलाच प्रश्न विचारायला सुरुवात केली. तसा मनाच्या संपूर्ण तळघरात प्रकाश पसरला.

स्वतःची चौकशी केल्यावर मोहनच्या लक्षात आलं, 'सगळं माझ्या नावावर असलं तरी, जी जमीन ज्याच्याकडे आहे, त्याच्याकडेच राहू देत. मी त्यांच्याकडून घेऊन तरी कुठं ठेवणार? एकटाच सगळ्या जमिनीची देखभाल कशी करणार? जमीन आपल्या जागी असली तरी, शेवटी माझीच आहे ना. म्हणूनच ती आहे तिथंच राहू दे. जो आधीपासून तिला जोपासतोय तोच तिची देखभाल करत राहील.' आता 'सगळं काही माझं आहे', हे कळल्यानं मोहन गावामध्ये मोठ्या ऐटीत फिरू लागला.

या उदाहणातून आपल्याला कळतं, मोहनला जमिनीच्या मालकीहक्काची बातमी समजल्यानंतर त्याचा गर्व वाढत गेला. पण स्वतःची चौकशी करताच तो विलीन झाला. आपणही पाहा, आपल्या जीवनात गर्व कधी वाढत जातो?

उपस्थितीच्या या शक्तीमध्ये बाधा बनतं ते 'गर्वाचं शिंगं'. जेव्हा आपल्या

लक्षात येईल, अहंकार जागा झालाय, तेव्हा आपली उपस्थिती योग्य नसते. अहंकार विलीन झाल्यानंतरच शुद्ध उपस्थिती वृद्धिंगत होत जाईल.

इथं आपण बोलतोय, उपस्थितीच्या शक्तीबद्दल! वास्तवामध्ये लोकांना याउलट परिस्थिती हवी असते. त्यांना उपस्थितीची शक्ती नाही तर 'शक्तीची उपस्थिती' हवी असते. त्यांना आयुष्यात हवी असते- पद, पैसा, प्रतिष्ठा, नाव, प्रसिद्धी, सुख-सुविधांची शक्ती! अमुक नेत्याची ओळख असेल, तर त्याच्या शिफारशीवरून सारी कामं होतील. लोक शक्तीच्या उपस्थितीनं असेच अहंकारात फसतात. त्यांना आवड असते शक्तीची, सिद्धीची. पण याच गोष्टींमुळं अहंकाराला बळ मिळत जातं. म्हणूनच माणसानं नेहमी ही गोष्ट लक्षात ठेवली पाहिजे, 'या पृथ्वीवर ईश्वराच्या नाटकामध्ये नेमकी आपली भूमिका काय आहे?' तेवढीच त्यानं निष्ठेनं करावी. तरच उपस्थितीच्या शक्तीचा योग्य उपयोग होतो. मग या उपस्थितीतूनच सर्व काही निर्माण होतं.

प्रत्येक इच्छा पूर्ण होते

उपस्थितीच्या शक्तीनं आपल्या अंतर्यामी शुभ इच्छा निर्माण होते आणि ती पूर्णही होऊ लागते. वास्तविक माणसाच्या सर्व इच्छा पूर्ण होत असतात, पण खुद्द माणूसच त्यात अडथळे आणतो, पण अज्ञानवश त्याला हे कळत नाही. उपस्थितीची ही शक्ती, इच्छापूर्तीमध्ये येणाऱ्या अडथळ्यांना दूर करते. याला आपण एका उदाहरणातून समजून घेऊ या, 'माणूस स्वतःच्याच इच्छेत कशी बाधा आणतो?'

समजा, आपला मुलगा फुग्यांचं चित्र काढतोय. चित्रात त्यानं वेगवेगळ्या रंगांचे फुगे काढले आहेत आणि ते चित्र काढायला आपण त्याला मदत करतोय. चित्र काढून पूर्ण झाल्यावर तो म्हणतो, 'मला खरोखरच असे फुगे हवेत.' आपल्याला मुलाची इच्छा तर पूर्ण करायची आहे; पण काही कारणानं आपण त्याला रंगीत फुगे आणून देऊ शकत नाही. या गोष्टीने आपल्याला खूप दुःख होतं, 'मला माझ्या मुलाची एवढीशी इच्छासुद्धा पूर्ण करता येत नाहीये.' याचं दुःख होऊन आपल्या डोळ्यांत पाणी येतं.

आता लक्षात घ्या, प्रत्यक्षात काय होतं? मुलाच्या मनात इच्छा जागृत होताच, त्याच वेळी पृथ्वीवर फुगे बनायला सुरुवात होते. ते असतात पाण्यासारखे पारदर्शी फुगे! अर्थात ते पारदर्शी असल्यामुळे दिसत नाहीत एवढंच; पण निसर्गानं फुगे बनवणं सुरू केलेलं असतं.

अगदी असंच, माणसाच्या ज्या काही इच्छा असतात, निसर्गाकडून पूर्ण व्हायला सुरुवात होते. ती प्रक्रिया लगेच दिसत नाही कारण ती पारदर्शी, अदृश्य स्वरूपात असते. मुलाच्या मनात फुगे मिळण्याची इच्छा निर्माण होते आणि ते बाहेर येण्यास सुरुवात होते. पण त्याच्या डोळ्यांत पाणी असल्यानं ते त्याला दिसत नाहीत. पाण्यानं भरलेल्या डोळ्यांना, पाण्याच्या रंगाचे पारदर्शी फुगे कसे दिसणार?

या मुलासारखंच आपणही आपल्या अपूर्ण राहिलेल्या इच्छांसाठी दुःखी होत राहता. आपल्याला फुगा दिसत नाही म्हणून दुःखी होता, पण फुगा तर तेव्हाच तयार असतो, जेव्हा तो आपल्याला हवा होता. आपल्याला फक्त फुग्याचा दोरा पकडायचा होता आणि तो दोरा पकडून मुलाला सांगायचं होतं, 'चल आता, याला रंग लाव.' इतकं हे सहज सोपं आहे. पण माणसाचे अश्रू त्याला वस्तुस्थिती पाहू देत नाहीत. माया सत्याला झाकून ठेवत असल्यानं निसर्गाचे संकेत मनुष्य ओळखू शकत नाही.

निसर्ग जेव्हा संकेत देतो, तेव्हा आपल्याला ही समज असली पाहिजे, 'इच्छा निर्माण झालेली आहे तर ती पूर्ण होणारच आहे.' या दृढविश्वासातून खरंतर आपल्या डोळ्यांत आनंद झळकला पाहिजे.

आता आपल्याला उत्सुकता असेल, उपस्थितीची शक्ती इतकी बलवान असेल तर ती टिकवणार कशी? आपल्या उत्सुकतेला उत्तर देईल - पुढचा अध्याय!

●

सारांश

- *माणसाचं सर्वात मोठं बळ, शक्ती आणि आत्मबळ आहे- त्याची शुद्ध उपस्थिती!*
- *आपल्या शुद्ध उपस्थितीचा अर्थ आहे, सकारात्मक विचार आणि भावनांनी स्वतःला जाणून उपस्थित राहणं!*
- *आपल्या अंतरंगातील अहंकार गायब झाला असेल, तर आपल्याला समोरच्या व्यक्तीच्या बोलण्याचं वाईट वाटणार नाही.*
- *निसर्ग जेव्हा संकेत देतो, तेव्हा आपल्याला ही समज असली पाहिजे, 'इच्छा निर्माण झालेली आहे तर ती पूर्ण होणारच आहे.'*

अध्याय ८

ईश्वराला आमंत्रित कसे कराल?

दृष्टीत धूसरता आणू नका

आपल्या समस्येकडे आनंदानं पाहताच तिचं निराकरण कसं करावं हे दिसेल. आपल्या प्रत्येक समस्येचं निरसन तुमच्या सभोवतालीच असतं. मदर नेचर (निसर्ग) आणि गॉड फादर (ईश्वर) मिळूनच पृथ्वीवर सगळीकडे सर्व काही निर्माण करत आहेत. एक समस्या उद्‌भवते तेव्हा त्याचे दहा उपायदेखील उपलब्ध असतात. परंतु ते आपल्या दृष्टीस पडत नाहीत कारण आपण त्याच्याकडे दुःखपूर्ण, अश्रूंनी भरलेल्या डोळ्यांनी पाहत असतो. दुःखी होऊन आपण आपलंच आत्मबळ कमकुवत करतो.

आपण जेव्हा दुःखानं, नकारात्मक विचारांनी उद्विग्न झालेले असतो तेव्हा आपल्याला सत्य, वास्तव दिसणं बंद होतं. कारण त्या वेळी आपली उपस्थिती योग्य नसते. म्हणून आयुष्यात दुःख येताच स्वतःला स्मरण द्या, 'या घटनेकडे मी खुशीच्या नजरेनं बघणार आहे, यात माझी उपस्थिती आनंदाची असणार आहे' ही समज ठेवून दुःखाचे अश्रू पुसून टाका. अशा प्रकारे आपण बघायला शिकलात तर समस्येवरचे उपायही त्वरित दिसू लागतील. समजा, आपल्यासमोर फुगा आला

आणि आपण लगेच तो पकडला; शिवाय त्याला रंग लावला, तर अशानं मुलंही खूश आणि आपणही खूश! आता आपल्याला वस्तूंची निर्मिती कशी होते हे गुपित कळालं ना!

आपल्या प्रार्थना पूर्ण न होण्याचं कारण म्हणजे आपलं दुःखच आहे. अशा वेळी स्वतःला स्मरण द्या, 'मी प्रार्थना केली आहे. आता केवळ मला आनंदाच्या भावनेत उपस्थित राहायचं आहे.' अशा प्रकारे आनंदानं पाहिलंत तर लवकरात लवकर वस्तू आपल्या समोर येण्यास सुरुवात होते. ती वस्तू प्रकट होईपर्यंत आपण आश्चर्याच्या, आनंदाच्या भावनेत राहून प्रतीक्षा करायला हवी. 'वॉच, वेट, विथ वंडर...'

एक शेतकरी आपल्या शेतात बीज पेरल्यानंतर, शेत सोडून बाहेरगावी कुठं जात नाही, तिथंच राहतो. आपण पाहिलं असेल, बऱ्याच शेतकऱ्यांची रानामध्ये, शेतामध्येही घरं असतात. तो शेताच्या आसपासच राहतो कारण त्याला उपस्थितीचं महत्त्व ठाऊक असतं, पण आपण ते समजून घेत नाही. ही उपस्थितीची कलाच आपल्याला शिकायची आहे. बी पेरलेलं आहे तर आश्चर्यानं वाट पाहा, एवढ्याशा बीमधून रोपटं कसं उगवतं? ही वाट पाहण्याची कला शिकवण्यासाठीच मनुष्याला उपस्थितीची शक्ती प्रदान केली आहे. परंतु मनुष्य याच्या अगदी विरुद्ध वर्तन करतो. एखादी इच्छा निर्माण झाल्यावर, ताबडतोब ती पूर्ण व्हावी अशी अपेक्षा करतो.

याला आपण एका उदाहरणानं समजू या, आपल्या शरीरानं आकार धारण केला आहे तर सेल्फ, ईश्वर, अनुभव म्हणजे निराकार! आता आपल्या मनात इच्छा जागृत होते, 'मला सुंदर घर हवंय'. ही इच्छा जागृत होताच निराकारात त्यावर लगेचच कार्य सुरू होतं. पहिलं निर्माणकार्य त्या निराकारात होतं. आपल्या इच्छा जागृतीनंतर त्वरित घराबाबतच्या लहरी बनायला सुरुवात होते. परंतु आपल्याला अदृश्यात असलेलं घर दिसत नसल्यानं आपल्या डोळ्यात अश्रू तरळतात. नजर धूसर होते. मग त्या धूसर नजरेने आपल्या आसपास असणारे समस्येवरचे उपाय दिसेनासे होतात. दिखाऊ, अवास्तव समस्यांमुळे आपण लगेच दुःखी होऊ लागतो. या दुःखानं आणि अश्रूंनी निराकारात ज्या लहरी निर्माण झाल्या आहेत त्या प्रवाहित होऊन, आपल्या इच्छेचं समाधान आपल्यापासून दूर जातं. जेणेकरून जे घर बनणं सुरू झालं होतं, ते थांबतं.

निराकारात जे निर्माण होतं तेच वास्तवात येतं, आकारात येतं. निराकारातूनच सर्व आकार जन्माला येतात. जो जसा आहे, त्याप्रमाणेच निर्मिती करतो. जसा, एक

कावळा, कावळ्यालाच जन्म देतो. मनुष्य, माणसालाच जन्माला घालतो. गाढव, गाढवालाच जन्म देतो... पण हे सारे आकार निराकारातूनच येतात. म्हणूनच जेव्हा एखादी इच्छा निर्माण होते, तेव्हा निराकाराला तिच्यावर कार्य करू द्यावं ही समज बाळगावी. निराकाराच्या उपस्थितीतच सगळी कार्यं होतात. त्याच्या उपस्थितीचा आपल्या जीवनात उपयोग करून घ्यायला हवा. म्हणून आपण जिथं असाल तिथली आपली उपस्थिती शुद्ध आहे की नाही हे बघा. जेव्हा आपण स्वानुभवावर जातो तेव्हाच आपली उपस्थिती शुद्ध असते. अन्यथा त्यात अहंकाराचं मिश्रण होतं आणि मग दुःखाश्रूच येतात.

ईश्वराला आमंत्रित करा

लोक म्हणतात, 'माझ्याकडे पैशाची कमतरता आहे... मला नोकरी नाही... मी तर ईश्वराला कधीच चुकीची प्रार्थना केली नाही... मी नेहमी योग्य प्रार्थना करतो... मग तरी माझ्याबरोबर ईश्वराने असं का केलं...' पण वस्तुस्थिती अशी आहे, ईश्वर स्वतः काहीच करत नाही, तो केवळ उपस्थित असतो. यातला गर्भितार्थ लक्षात घेतला तर आपणही त्याच्या उपस्थितीची अनुभूती घ्याल. अन्यथा मनुष्य समजेविना प्रार्थना करत राहतो आणि ती पूर्ण झाली नाही तर दुःखाश्रू ढाळत बसतो.

> एकदा एका माणसानं ईश्वराला प्रार्थना केली आणि तत्काळ ईश्वरानं त्याला दर्शन दिलं. मग त्यानं ईश्वराला विचारलं, 'परमेश्वरा, मला तुझ्याबद्दल काही सांग. तुझा वेळ कसा व्यतीत होतो?' त्यावर ईश्वर उत्तरला,'माझा एक मिनिट तुझ्या एक हजार वर्षासमान आहे.' तेव्हा तो मनुष्य म्हणाला, 'बरं असं आहे तर, मग आमचे एक करोड रुपये?' त्वरित ईश्वर म्हणाला, 'माझ्या एका पैशासमान आहे.' या उत्तरावर तो मनुष्य खूश होऊन म्हणाला 'मग, मला तुझा एक पैसा देऊन टाक.' ईश्वर उत्तरला, 'अवश्य, पण एका मिनिटात!'

वरील उदाहणातून दिसून येतं, मनुष्य परमेश्वरालाही आपल्यासारखाच समजतो. परमेश्वरालाही तो नकळत आपल्या पातळीवर आणतो. पण परमेश्वराला पूर्ण समजून घ्यायचं असेल, तर माणसाचं पूर्ण आयुष्य सरतं. ईश्वरानं घालून दिलेले मापदंड आपल्याला समजले, तरच आपण उपस्थितीच्या शक्तीचा पूर्ण लाभ घेऊ शकतो.

ईश्वर स्वतःच्या हातांनी काहीही देत नाही, त्याची उपस्थितीच सर्व काही

देऊन जाते. ही उपस्थिती जर डळमळीत झाली, तर आपल्याला तसे संकेत मिळतात. सूर्याच्या समोर ढग आल्यावर, तो जसा काही वेळासाठी सूर्याला झाकून टाकतो. तसंच आपल्या मनात नकारात्मक विचार आल्यानंतर ईश्वराची उपस्थितीही धूसर होऊ लागते. आपल्यात नकारात्मक भावना वाढीस लागतात.

माणूस नेहमीच तक्रारी करत राहतो, 'हे असं करायला हवं... ते तसं व्हायला हवं... आज पाऊस झाला नसता तर बरं झालं असतं... जास्त थंडी का पडलीये...' अशाप्रकारे त्याच्या असंख्य तक्रारी चालूच राहातात. अशा वेळी मनात नकारात्मक भावना येतात आणि आपल्याला वाईट वाटत राहातं. याचाच अर्थ, आपण जणू ईश्वराला सांगत असतो, 'इथून निघून जा'. वास्तविक ईश्वराच्या उपस्थितीमुळेच जीवनात चांगल्या घटना होत असतात आणि त्या आपल्याला दिसतातही. पण तक्रारी करून आपण त्याला त्याच्या जागेवरून हटवत असतो. म्हणूनच जेव्हा नकारात्मक भावना मनात येतील, तेव्हा सजगतेनं त्याला म्हणा, 'हे ईश्वरा, तुझं स्वागत आहे. तू तुझ्या स्थानावर पुन्हा विराजमान हो.'

तक्रारी बंद झाल्यानंतरच सकारात्मक भावना येण्यास सुरुवात होते, अर्थात ईश्वर आपल्या जागेवर पुनःस्थापित होतो. आपलं जीवन जर तक्रारशून्य असेल, तर उपस्थितीची शक्ती स्वतःच वृद्धिंगत व्हायला सुरुवात होते. ईश्वराची उपस्थिती आपल्या जीवनात कार्य करू लागते. म्हणून आपण कोऱ्या पाटीसारखं मन स्वच्छ ठेवून नवीन कार्याला सुरुवात करू या, कोणत्याही तक्रारीविना!

उपस्थितीची शक्ती आपल्याला शून्याच्या (स्व-अस्तित्वाच्या) अनुभवाकडे नेते. मग आपल्यात जो काही विचार निर्माण होईल तो शुद्धच असेल!

आपण जेव्हा सिनेमा पाहायला जातो, तेव्हा फक्त पडद्याकडेच पाहत असतो. पण ज्या वेळी आपली उपस्थितीची शक्ती वाढते, तेव्हा आपल्याला जाणवतं, आपली खुर्ची देखील (अहंकार) पडद्याच्या आत गेली आहे आणि वास्तवात आपण जे आहोत तो सेल्फ, साक्षी तर तिथेच बसलेला आहे. मग आपण आजूबाजूला पाहिलं तरी सिनेमाचा पडदाच दिसेल. शिवाय आयुष्यरूपी सिनेमा आपण प्रत्येक ठिकाणी साक्षीभावानेच पाहाल. कारण आपल्या शरीरासोबत आपली अहंकाररूपी खुर्ची देखील सिनेमाच्या पडद्याआड जाते. अशा वेळी आपल्यासाठी (सेल्फसाठी) फक्त सिनेमा पाहणं एवढंच कार्य शिल्लक राहातं. सिनेमा पाहणं हीदेखील एक कला आहे आणि तेव्हाही उपस्थितीची शक्तीच उपयोगी पडते.

स्त्रोत बनून उपस्थित राहा

आपली उपस्थिती नेहमी एखाद्या स्त्रोतासारखी (सोर्ससारखी) असायला हवी. आपण जेव्हा म्हणतो, 'मला पैसे हवेत. माझ्याकडे पैशांची कमतरता आहे.' तेव्हा आपण स्त्रोत नसता. 'मी लोकांना पैसे मिळवण्यासाठी मदत करीन.' असं म्हटल्याबरोबर आपण स्त्रोत बनता. आपल्या जीवनात ज्या गोष्टींची कमतरता आहे, त्या गोष्टींचा स्त्रोत बनून, त्या इतरांना मिळण्यासाठी निमित्त बनायला हवं.

आपल्याला आरोग्याची काही तक्रार असेल तर म्हणा, 'मी लोकांना सुदृढ होण्यासाठी मदत करेन.' त्यामुळे आपण स्त्रोत होता आणि स्त्रोत तर नेहमीच परिपूर्ण असतो. आपण स्त्रोत झालात तर आपल्याकडेही संपूर्ण आरोग्य असेल.

आपल्याला एखादा आजार झाला तर म्हणा, 'माझ्या सुदृढतेवर काही काळासाठी हा आजार आलेला आहे.' जसं, डोळ्यांवर पट्टी बांधल्यावर आपल्याला काही वेळ दिसेनासं होतं, पण पट्टी काढल्यावर मात्र पुन्हा पहिल्यासारखं दिसू लागतं. आपण सुदृढतेचा स्त्रोत आहात, म्हणून स्त्रोत बनून लोकांना परिपूर्ण आरोग्य मिळवण्यासाठी मदत करा. आणि स्वतःसाठी हा स्वसंवाद म्हणा, 'मी स्वस्थ असल्यानं कोणताही आजार मला होऊ शकत नाही. छोटे छोटे फोड (छोटे-मोठे रोग) अनाहूत पाहुण्यासारखे अधूनमधून येत असले तरी मी सुदृढ असतो.'

आपण इतरांसाठी स्त्रोत बनलात, तर लोकांना स्वास्थ्य, पैसा, प्रेम मिळवण्यासाठी मदत कराल. आपण स्वतः सोर्स बनलात तर नात्यांमध्ये होणारे वादविवाद, तिरस्कार, द्वेष, ईर्षा यांसारख्या गोष्टी आपोआपच नष्ट होतील.

●

सारांश

- ✦ *निराकारात जे निर्माण होतं तेच वास्तवात येतं, आकारात येतं. निराकारातूनच सर्व आकार जन्माला येतात.*
- ✦ *तक्रारी बंद झाल्यानंतरच सकारात्मक भावना येण्यास सुरुवात होते, अर्थात ईश्वर आपल्या जागेवर पुनःस्थापित होतो.*
- ✦ *आपण इतरांसाठी स्त्रोत बनलात, तर लोकांना स्वास्थ्य, पैसा, प्रेम मिळवण्यासाठी मदत कराल.*

चौथी शक्ती

उदासीन उत्साहशक्ती
पॉवर ऑफ बीईंग इन्डिफ्रन्ट्

उत्साहशक्ती

उत्साह प्रयत्नाचा जनक असून त्याच्याशिवाय,
कोणतंही महान कार्य कधीच पूर्णत्वाला गेलं नाही.

- रैल्फ वॉल्डो एमर्सन

ज्ञान शक्ती आहे आणि उत्साह त्याचा स्वीच

- स्टीव ड्रोक

जेव्हा एखादा मनुष्य इच्छुक आणि उत्साही असतो,
तेव्हा परमेश्वरही त्याची साथ द्यायला येतो.

- एस्कीलस

अध्याय ९

कर्म उत्साह आणि फळाविषयीची उदासीनता

अभय ज्ञान

एकदा सर्व देवता, पृथ्वीवरील लोकांवर नाराज झाल्या. परिणामी धरतीवर दुष्काळ पडला. एक वर्ष उलटलं... दुसरं वर्ष गेलं, तिसरंही पावसाविना तसंच जाऊ लागलं. पण पावसाचा एक थेंबही पृथ्वीवर पडला नाही. लोक त्राही-त्राही करू लागले. पण त्यात एक शेतकरी असा होता, जो दुष्काळाची पर्वा न करता रोज आपल्या शेतात नांगरणी करायचा. दुष्काळाच्या तिसऱ्या वर्षातही तो जेव्हा नांगर घेऊन शेताकडे निघाला, तेव्हा गाववाल्यांनी त्याला विचारलं, 'बाबारे, ही व्यर्थ मेहनत तू कशासाठी करतोस? पावसाचं तर दूर-दूरपर्यंत कोणतंही चिन्ह दिसत नाहीये.'

त्यावर त्या शेतकऱ्यानं उत्तर दिलं, 'मी पावसाच्या आशेनं किंवा पीक उगवेल यासाठी नांगर चालवत नाही. मी तर नांगर यासाठी चालवतोय की बसून बसून माझी काम करण्याची शक्ती

नष्ट होऊ नये. माझी कार्यशक्ती संपू नये.' शेतकऱ्याचं ते बोलणं आकाशातल्या देवतांनी ऐकलं आणि इंद्राला सांगितलं. शेतकऱ्याची बातमी ऐकल्यावर इंद्रदेव त्याच्या शेतात खबरबात घ्यायला गेले. ते विचार करू लागले, 'या शेतकऱ्याची कार्यशक्ती तर पूर्वीसारखीच कायम आहे. पण माझी पाऊस पाडण्याची शक्ती तीन वर्षांत नष्ट तर झाली नाही ना?'असा विचार मनात आल्याबरोबर इंद्रानं स्वतःची शक्ती पारखण्याचा निर्णय घेतला. पाहता पाहता त्या शेतकऱ्याच्या शेतात धुवांधार पाऊस बरसू लागला. शेतकऱ्याच्या श्रमानं, धरतीला उःशाप मिळाला आणि शेतांतून जीवन लहरू लागलं.

महाभारतात युद्धाच्या मैदानात, श्रीकृष्णानं अर्जुनाला याच शक्तीचा परिचय करून दिला होता. 'कर्म करा पण फळाची इच्छा करू नका.' याच शक्तीचं नाव आहे, 'उदासीन उत्साह शक्ती'.

उदासीन उत्साह शक्ती म्हणजे काय? एक अशी उदासीनता, जी उत्साहातून उत्पन्न होते. नाराज झाल्यानंतरही लोक उदासीन होतात पण त्यातून कोणत्याही शक्तीची जाणीव होत नाही. पण एखादं गुपित कळाल्यावर जो उत्साह संचारतो, त्यातून आलेली उदासीनता म्हणजे उदासीन उत्साह शक्ती! ही शक्ती आत्मवीराच्या हातातील कमळाप्रमाणे सुंदर, स्वच्छ, शुद्ध आहे. ही शक्ती प्राप्त केल्यानंतर माणूस चिखलात उगवणाऱ्या कमळाप्रमाणे निर्लिप्त असतो. मात्र तो संसाराच्या आकर्षणाप्रति, मायेप्रति उदासीन राहून, अंतर्यामीच्या चैतन्यासाठी उत्साही असतो.

उदासीनता आणि उत्साह, परस्परविरोधी वाटतात! पण हे शांती आणि क्रांतीसारखंच आहे. जी क्रांती, शांतीमधून उत्पन्न होते, ती सर्वसाधारण अर्थाची नसते. सामान्य पातळीच्या अतिशय वरच्या दर्जाची, उच्च पातळीवरची अशी ती क्रांती असते; तिच्यात शांती प्रस्थापित करण्याची शक्ती असते. त्याचप्रमाणे उदासीन उत्साह म्हणजे तोच उत्साह आहे, जिथं माणसाचा फोकस फक्त कर्मावर असतो. ही शक्ती आत्मबळ प्राप्तीसाठी अतिशय मूल्यवान आहे.

ही बाब समजून घेण्यासाठी आपल्याला एक सूत्र कायम लक्षात ठेवायचं आहे, 'कर्मण्ये वाधिकारस्ते, मा फलेषु कदाचन'. कर्म करताना उत्साहित राहा; पण त्याच्या फळाप्रति, फळाच्या मोहाप्रति उदासीन राहा. या अनासक्तीच्या शक्तीमध्ये, माणसाला भोगीऐवजी योगी बनवण्याची ताकद असते.

उदासीन उत्साहाची शक्ती जागृत करण्यासाठी आपण जे काही कर्म कराल,

ते पूर्ण जोशात करा. त्यात आपण आपली पूर्ण क्षमता वापरा. परंतु त्या कर्माचा जो परिणाम येईल, त्यासाठी मात्र आपण उदासीन राहीलं पाहिजे. म्हणजेच कर्मफळ मिळो किंवा न मिळो. त्याने कोणताही फरक पडणार नाही अशा रीतीनं मनाची तयारी केली पाहिजे. काम पूर्ण मन लावून केलं तर परिणाम चांगलाच मिळणार पण फक्त परिणामाकडेच डोळे लावून बसलो तर काम मनःपूर्वक होणार नाही. एखाद्या मुलाला आपण जसं सांगतो, 'तू जर उद्याच्या परीक्षेत चांगला पेपर लिहिलास, तर संध्याकाळी मी तुला सर्कस बघायला नेईन.' मग तो मुलगा सर्कसच्या दुनियेतच घोटाळत राहतो. तिथं त्याच्या डोक्यात परीक्षेच्या प्रश्नोत्तरांऐवजी सर्कसमधले वाघ-सिंहच येतात.

सहसा, दैनंदिन जीवनातही आपण हेच पाहतो. लोक परीक्षेऐवजी सर्कशीच्या कल्पनेतच रमतात. जसं, लोक विचार करतात... असा परिणाम होईल... असं फळ मिळेल... अमुक शक्ती मिळेल... असं होईल न् तसं होईल... परंतु ज्या लोकांना उदासीन उत्साहाचं गुपित ठाऊक आहे, ते सगळे आत्मसाक्षात्कार झालेले संत-महात्मे, त्या शक्तीचा उपयोग करून घेतात म्हणून आपणही त्यावर काम करायला सुरुवात करू या.

> निसर्गदत्त महाराजांना कोणीतरी विचारलं, 'आत्मसाक्षात्कार झाल्यावरही भजन म्हणणं जरुरी आहे का?' ते ऐकल्यावर निसर्गदत्त महाराजांनी स्मितहास्य केलं आणि सांगितलं, 'मला माहीत नाही. पण माझ्या गुरूंनी मला रोज भजन म्हणण्याची आज्ञा दिल्याने मी आजही भजन म्हणतो आणि आता त्यांचं नश्वर शरीर या जगात नाही. पण गुरूचा आदेश होता म्हणून मी पूर्ण उत्साहात ते कार्य करतो. हे गरजेचं आहे की नाही, याचं फळ काय मिळेल यात माझा कोणताही उत्साह नाही. त्याची मला पर्वा नाही. त्याबाबतीत मी उदासीन आहे.' ते फळात अडकले नसल्यानेच असं उत्तर देऊ शकले.
>
> महर्षी रमण डोंगरावर राहायला गेले, तेव्हा लोक त्यांना भेटायला तिथेही येऊ लागले. लोकांची वाढणारी संख्या पाहून महर्षी रमणांनी त्या डोंगरावर आश्रम निर्माण करण्याच्या कार्याला प्रारंभ केला. आश्रम तयार होत असताना ते स्वतः त्यावर देखरेख करत होते. आश्रम निर्माणाच्या कर्मात ते उत्साही होते आणि आश्रम बनल्यावर तिथे लोक येतील की नाही या गोष्टीबाबत ते उदासीन होते. निर्माण कार्य चांगले व्हावे म्हणून ते उत्साहित होते. निर्माण चांगलं झालं, तर

तो आश्रम अनेकांना आश्रय आणि दिशा देण्यासाठी निमित्त बनेल हे त्यांना ठाऊक होतं.

फळाच्या प्रति उदासीन झाल्याने फळ लुप्त होत नाही, तर ते अजून चांगल्या प्रकारे प्राप्त होतं. आपल्याला जीवनात जे काही प्राप्त करायचं आहे, ते सर्व मिळेल परंतु अट इतकीच आहे, फळाबद्दल आपण उदासीन राहायला हवं. फळामध्ये अडकण्यापेक्षा कर्माकडे लक्ष द्यायला हवं.

कोणी म्हणतं, 'या वर्षी प्रलय येऊन जग नष्ट होणार आहे.' कोणी म्हणतं, 'या वर्षी नाही, आजपासून तीस वर्षांनी असं होणार आहे'. तर कोणी ती तारीख अजून तीनशे वर्षं पुढे नेतं. जे आलं आहे, ते जाणारच! जे निर्माण झालं आहे, ते एक दिवस नष्ट होणार, हा तर सृष्टीचा अचूक नियम आहे. पण त्यासाठी आपण कर्म करण्याचं थांबवणार का? आपण आज जे कार्य करताहात ते आपल्या कालच्या कर्मांचं फळ आहे. कर्म केलंच नाही तर फळ मिळणार कसं? आणि फळाच्या आशेवर बसलो तर हातून कर्म घडणार कसं? म्हणूनच सांगितलं जातं, जग अस्तित्वात राहो न राहो; पाण्याचा थेंब पडो न पडो शेतकऱ्यासारखी कर्माची नांगरणी करत राहिली पाहिजे. आपण केलेले नियम पाळा किंवा पाळू नका, निसर्ग त्याच्या नियमांत कधीही बदल करत नाही. जे लोक कर्म करण्यासाठी योग्य आहेत, ते उत्साहात आपले कर्म करत आहेत. त्याचं फळ मिळालं... मिळालं नाही... जसं हवं होतं तसं नाही मिळालं... यामध्ये त्यांना कोणतीही रुची नाही. अशा व्यक्तींपैकी जर आपण असाल, तर उदासीन उत्साहावर योग्य कार्य करत आहात, असाच याचा अर्थ होतो.

जे लोक फळात अडकत नाहीत, ते कर्म करताना उत्साहित होतात. हीच शक्ती आपल्याला समजून घ्यायची आहे. उदासीन उत्साहाशी आपल्याला परिचय करून घ्यायचा आहे. कारण हीच अनासक्तीची शक्ती आहे.

लोकांना उत्साहानं काम करताना पाहिलं, तर आपल्या लक्षात येत नाही, त्यांचा उत्साह कर्मात आहे की फळात? आत्मसाक्षात्कार झालेल्या लोकांचा उत्साह पाहून सामान्य लोकांना वाटतं, हे फळाप्रति उत्साहित असतील. पण सर्वसामान्य लोकांना आत्मसाक्षात्कारी लोकं फळाप्रति उदासीन असतात हे माहीत नसतं. त्यांची हीच उदासीनता रचनेचा, सर्जनतेचा स्रोत आहे. उदासीनता ही देखील एक शक्ती असल्याने तिला नकारात्मक दृष्टीनं पाहू नका.

ही शक्ती प्राप्त झाल्यावर आपल्याला वाटतं, आता आपल्या इच्छित गोष्टी जसं स्वास्थ्य, प्रेम, कला, धन, वैभव या गोष्टी अवश्य मिळाव्यात परंतु

अलिप्ततेच्या बॉक्समधून! म्हणजे ज्या काही गोष्टी आपल्याला मिळतील, त्यांचा आपल्याला कोणताही प्रकारचा मोह वाटू नये, त्यांच्याशी जोडलं जाऊ नये, त्यांच्याबद्दल आसक्ती वाटू नये. म्हणूनच नेहमी ईश्वराला योग्य प्रार्थना करा -

'हे परमेश्वरा, अलिप्ततेच्या बॉक्समधून (गिफ्ट पॅक)
मला सर्व काही मिळू दे.
हे परमेश्वरा, तू विशेषतः माझ्यासाठी जे काही बनवलं आहेस,
तेवढं मला मिळू दे.
जे मला मिळालं आहे
त्यात मी उच्चतम अभिव्यक्ती (ईश्वरीय कार्य) करू शकेन.
धन्यवाद!'

या प्रार्थनेत अलिप्ततेच्या बॉक्सचा (गिफ्ट पॅकचा) अर्थ आहे, जे काही आपल्याला मिळेल त्याचा मोह होऊ नये. फळ मिळालं तरी त्यापासून अलिप्त राहावं. फळ जर अलिप्ततेसोबत मिळालं, तर ते आपल्याला अडकवणार नाही. आपण या पद्धतीनं जर काम करून पाहिलं, तर स्वतःलाच आश्चर्य वाटेल, फळाबरोबर मनाची जी आसक्ती होती, ती सर्व नष्ट होऊन मनात जी खळबळ सुरू होती, तीसुद्धा शांत होते.

फळाबद्दल अनासक्त राहिल्याने आता आपलं मन कोणतेही पूर्वग्रह बनवणार नाही. सगळं काही अज्ञात असेल. नवीन गोष्टी नेहमी अज्ञातातूनच येतात. भविष्यात काय होणार आहे, कसं होणार आहे, हे सर्वच अज्ञात असल्याने आपल्याला अज्ञातात राहायला आवडेल. लोकांना अज्ञाताची भीती वाटते म्हणून ते ज्योतिषांकडे जातात. भविष्यात घडणाऱ्या गोष्टी कळल्या तर आयुष्यात थोडातरी आनंद मिळेल! पण आपल्याला मात्र अज्ञाताचा आनंद घ्यायचा आहे. आपल्याला काही गोष्टी आधीपासून माहीत नाही हे बरंच आहे ना! समजा आपण सिनेमा पाहायला गेलो आणि त्यातला सस्पेन्स आधीच कोणीतरी सांगितला, तर सिनेमाची मजा येईल का? नाही. तसंच आपल्या जीवनात काही गोष्टी सस्पेन्समध्ये येणार आहेत, असा विचार करून अज्ञाताचा आनंद साजरा करा. आधीच माहीत करून घेण्याच्या इच्छेचा त्याग करा. पुढे सर्व काही माहीत होणारच आहे, लग्न कधी होणार?... मुलंबाळं किती होणार?... बिझनेस चालेल की नाही? आपण स्वतःच या अज्ञाताचा आनंद घ्यायला शिकलात, तर कोणाच्या मागे धावण्याची गरज पडणार नाही. जो माणूस अनासक्तीच्या शक्तीचा उपयोग करतो, तो आपली कर्म उत्साहात करतो. आत्मवीर हे त्याचं प्रत्यक्ष उदाहरण आहे.

अभय अवस्थेची प्राप्ती

या अज्ञातातूनच आपलं जीवन वर उसळी घेईल, उन्नत होईल. आपल्या जीवनात जे काही ज्ञात असतं, ते सर्व जुनं झालेलं असतं. जे माहीत आहे, ते जुनं-पुराणंच असणार ना! भूतकाळ ज्ञात असतो, भविष्य अज्ञात असतं. लोक आपल्या भूतकाळानुसार प्रार्थना करतात. काल शंभर रुपये मिळाले होते, आज दोनशे मिळू दे. ज्या लोकांचा आधार भूतकाळ असतो, ते आयुष्यभर भयभीत राहतात पण ज्यांचा जीवनाचा आधार अज्ञात असतो, ते जे मिळेल त्याचा सहज स्वीकार करतात. आपल्याला वर्तमानात अनासक्तीच्या शक्तीनं उपस्थित राहायचं असेल, तर भीतीवर ताबा मिळवायला हवा. या शक्तीचा धोकादायक जोडीदार आहे, भयसिंग! भयसिंग नावाच्या शिंगांपासून नेहमीच सावधान राहायला हवं.

मनाला आलेली सुस्ती, मरगळ आपल्याला मनन आणि विचारमंथन करण्यापासून थांबवते, तर मनाला वाटणारी भीती, त्या दिशेनं पुढं जाऊ देत नाही. घाबरवणारा भयसिंग आणि थांबवणारा सुस्तीसिंग, या दोन्हींवर आपल्याला ताबा मिळवायचा आहे. जीवनात कठीण वेळ, अवघड प्रसंग सांगून येत नाही, पण येतो नक्कीच! एखाद्याच्या घरी साखरपुड्याची तयारी चालू असते, कोणाचा वाढदिवस आहे, कोणी परदेशात प्रवासाला चाललंय... पण अचानक त्या घरातल्या व्यक्तीचा मृत्यू होतो... अशा वेळी, माणसाच्या मनावर जो आघात होतो, त्यातून सावरण्यातच त्याची सगळी ऊर्जा संपून जाते. जीवनात कोणत्या क्षणी काय होणार आहे, हे आपल्याला ठाऊक नसतं. जेव्हा जीवनात घडणाऱ्या घटना अज्ञात असतात, फळाबद्दल आपल्याला माहिती नसते, तेव्हा कर्मच आपला साथीदार असतं.

आपण जर अज्ञातात शांत राहायला शिकलात, तर आपली शक्ती द्विगुणित होते. आपण एका शांत चुंबकासारखे बनता. शांत अवस्थेत चुंबकाची चुंबकीय शक्ती दहापटीनं वाढते. मात्र ताणतणावात असताना ती कमी व्हायला लागते. म्हणूनच जीवनातल्या अवघड वळणांवर शांत राहायला शिकून फळाला अज्ञातातून येऊ द्या.

अज्ञातात रचनात्मकतेचा, सर्जनतेचा स्रोत दडलेला असतो म्हणूनच ते चांगलं आहे. आपण टीव्हीवरच्या जाहिरातीत ऐकतो ना, 'डाग चांगले आहेत' तसंच स्वतःला सांगा, 'अज्ञात चांगलं आहे'. आपल्या मनानं जर तर्कवितर्क लावायला सुरुवात केली, 'भविष्यात काय होणार आहे, मला माहीत असायलाच हवं.' तेव्हा त्याला सांगा,'अज्ञात चांगलं आहे'. त्यामुळे अज्ञात तुमच्यासाठी

नवीन, मोठ्या शक्यता घेऊन येईल. नाहीतर आत्तापर्यंत भूतकाळात जे मिळालं आहे तेच भविष्यातही मिळत राहील. अर्थात भूत आणि भविष्य ही दोघंही भुतंच! या भुतांपासून मुक्ती मिळवायची असेल, तर वर्तमानात राहा आणि जीवनात अज्ञाताला येऊ द्या.

आपण उत्साहाने काम करून फळाप्रति उदासीन राहाल, लोकांच्या बोलण्यात अडकणार नाही. पृथ्वीवर प्रलय जरी आला, तरी पळून जाणार नाही. त्यानेच आपल्या जीवनात खूप मोठं परिवर्तन घडून येईल, प्रत्येक कर्मात उत्साही राहाल.

आत्तापर्यंत वाचलेल्या साऱ्या शक्ती एकवटून आपण संसारारूपी मायाजालात पूर्ण तयारीनिशी उतराल. त्यानंतरच आपल्या जीवनात स्थिरता येऊन आपण उदासीन उत्साही भावनेनं जीवन जगाल.

आता आपल्या अंतर्यामीच्या आत्मवीराचा उदय होण्यासाठी आवश्यक असलेली अंतिम शक्ती, 'स्थिरतेची शक्ती' समजून घेऊ या. तर मग आहात ना तयार, अज्ञाताशी दोन हात करण्यासाठी!

●

सारांश

✦ *कर्म करताना उत्साहित राहा; पण त्याच्या फळाप्रति, फळाच्या मोहाप्रति उदासीन राहा.*

✦ *जे लोक फळात अडकत नाहीत, ते कर्म करताना उत्साहित होतात.*

पाचवी शक्ती

स्थिरतेची शक्ती
पॉवर ऑफ स्टॅबिलिटी

धैर्यशक्ती

ज्या लोकांकडे धैर्य नाही, ते लोक खूप गरीब असतात.

- शेक्सपियर

जो वाट पाहतो, त्याच्याकडे सर्व गोष्टी येतात.

- अज्ञात

मना तू धैर्य ठेव, सर्व काही यथावकाश होत असतं.
माळ्यानं रोपांना कितीही पाणी घातलं तरी फळं ऋतूप्रमाणेच येतात.

- कबीर

अध्याय १०

स्थितप्रज्ञता आणि मनाचे चार गुण

आत्मबळाचं फळ

आत्मवीर स्थिर कसा राहू शकतो, हे आपल्याला समजून घ्यायचंय. चला तर मग त्याच्या अंतरंगात कोणकोणत्या गुणांचा मिलाफ झालाय? हे पुढील गोष्टीतून आपण समजून घेऊ या.

एक खूप जुनी गोष्ट आहे. एका गावात काही अपंग लोक राहत होते. प्रत्येकात काही ना काही व्यंग होतं. कोणी लंगडा होता तर कोणी चकणा, कोणी मुका होता तर कोणी बहिरा. आपल्या या अपंगपणाचा, व्यंगांचा त्यांना कंटाळा आला होता. त्यांना सतत वाटायचं, 'काही करून आपल्यावर ईश्वराची कृपा व्हावी, चमत्कार व्हावा आणि आपलं व्यंग ठीक व्हावं.'

एके दिवशी त्यांना कळलं, गावापासून दूर एका डोंगरावर एक देऊळ असून त्याचे पुजारी सिद्धपुरुष आहेत. त्यांना वाटलं, ते सिद्धपुरुषच त्यांच्या समस्येवर उपाय सांगू शकतील. ते सर्व जण

त्या पुजाऱ्याकडे गेले. पुजाऱ्यानं शांतपणे त्यांचं म्हणणं ऐकून घेतलं आणि त्यांना एक अनोखा उपाय सांगितला.

पुजारी म्हणाला, 'या देवळातील विशेष निर्गुण पाणी एका मडक्यात भरून घ्या. त्यानंतर तुम्हा सगळ्यांना निरनिराळ्या दिशेनं प्रवासाला जायचं आहे. मग प्रवास संपल्यावर तुम्हाला एक झाड दिसेल. तुमच्या जवळ असलेल्या मडक्यातलं पाणी त्या झाडाला रोज थोडं थोडं करून घालायचं आहे. शिवाय त्या झाडाखाली तुम्हाला काही दिवस राहायचं आहे. पाण्याच्या निर्गुणतेच्या प्रभावानं काही दिवसांनी त्या झाडाला एक फळ येईल. ते फळ खाल्ल्यानंतरच तुमचं पंगुत्व दूर होईल.'

हे ऐकल्यानंतर त्या लोकांना खूप आनंद झाला. किती सोपा उपाय आहे! फक्त मडक्यातून पाणी घेऊन जायचं, झाडाला घालायचं आणि फळ खाऊन ठीक व्हायचं. वा!

तेवढ्यात पुजाऱ्यानं त्यांना एक अट सांगितली, 'लक्षात ठेवा, मडकं सदैव तुमच्यासोबतच असलं पाहीजे. फक्त रात्री झोपतानाच ते खाली ठेवायचं आहे आणि त्यातलं पाणीही नेहमी स्वच्छ राहायला हवं.'

'ही काही फार अवघड गोष्ट नाही,' असा विचार करून प्रत्येक जण आपापल्या दिशेनं प्रवासाला निघाला.

आता आपल्याला माहीतच आहे, लोक प्रवासाला निघतात तेव्हा कितीतरी घटना घडतात. कधी इतरांबरोबर संघर्ष होतो... कधी स्वतःशीच द्वंद्व... कधी कोणी शत्रू बनतं... कोणाशी मैत्री होते... कोणी फसवतं... कधी काही कारणांनी थांबायला लागतं... कधी कुणाचा सल्ला ऐकून दिशा सोडून भटकायला होतं...

तेव्हा या लोकांसोबत देखील अशा घटना घडण्याची दाट शक्यता होती. परंतु पुजाऱ्याच्या अटीनुसार त्यांना मडकं सांभाळायचं होतं, त्याला जमिनीवर ठेवायचं नव्हतं आणि पाणीही अस्वच्छ होऊ द्यायचं नव्हतं.

प्रवासात सगळ्यांबरोबर निरनिराळ्या घटना घडल्या...

एक माणसाचं रस्त्यात नेमकं कोणाबरोबर तरी भांडण झालं. भांडणं झालं तरी त्यानं मडकं जमिनीवर ठेवलं नाही; पण त्यातलं

पाणी मात्र जरासं हिंदकळलं. आता हे विशेष पाणी असल्यामुळं त्याचं हिंदकळणंही तसं विशेषच होतं. ते पाणी शांत झाल्यावर, त्यात एक मासा पोहताना त्याला दिसला. तोपर्यंत त्याला भूक लागलेलीच होती. त्यानं तो मासा काढून खाऊन टाकला. दुसऱ्या माणसाला मडक्यात पाण्यात येणारी शिंगाड्यासारखी फळं दिसली. त्यालाही भूक लागल्यानं त्याने ती खाल्ली.

तिसऱ्या माणसाचं मडकं हललं, तेव्हा त्यातून गवत बाहेर आलं. त्यानं ते गवत औषधी समजून वाटून हातावर लावलं.

चौथ्या माणसाचं मडकं थोडं हलताच त्याला पाण्यावर कोळसा तरंगताना दिसला. त्यानं तो कोळसा उगाळून त्याचं काजळ करून डोळ्यात घातलं.

अशाच निरनिराळ्या घटना सर्व लोकांसोबत घडल्या. पाण्यातून जे काही वर येईल, त्याचा त्यांनी वापर केला. पण त्यात एकच माणूस असा होता, ज्यानं मडक्यातून बाहेर आलेल्या सर्व वस्तू न वापरता, बाहेर फेकून दिल्या होत्या.

आपला प्रवास पूर्ण करून सर्व लोक आपल्या ध्येयापर्यंत, त्या झाडापर्यंत पोहोचले. सर्वांनी झाडाला पाणी दिलं, त्याची निगा राखली. काही दिवसांनी सगळ्यांच्याच झाडावर फळ आलं. पण एकाच माणसाच्या फळावर लिहिलेलं होतं, 'सफल फळ'! बाकी सर्वांच्या झाडावर 'असफल फळ' लागलेलं होतं. याचाच अर्थ सर्व लोकांमधून फक्त एकाच माणसाची अपंगता दूर झाली. आता तो सफल माणूस आपल्या यात्रेवरून परतला आणि देवळात जाऊन ईश्वराची सेवा करू लागला.

आता इथे गोष्ट तर संपली; पण इतर लोकांचं अपंगत्व तर तसंच राहिलं. मग त्या लोकांबरोबर असं का घडलं? त्यांचं पंगुत्व दूर का झालं नाही? या गोष्टीतलं मडकं म्हणजे काय, अपंगत्व म्हणजे काय हे समजलं तर आपल्याला या प्रश्नांची उत्तरं मिळतील.

अपंगता म्हणजे माणसाच्या मनातील वृत्ती, असे कुसंस्कार जे त्याला कर्मबंधनात अडकवून पांगळं करतात. आणि मनुष्य 'आत्मवीर' बनण्याऐवजी 'वृत्तिवादी', भोगवादी बनून जीवन जगत राहतो. अशा वेळी तो शांतीचा प्रसार करण्याऐवजी वृत्तींचा, धारणांचा वाहक बनतो. पृथ्वीवरच्या आपल्या लक्ष्यापासून

म्हणजे पृथ्वी लक्ष्यापासून तो दूर जातो. आता कहाणीतील प्रतीकांचा अर्थ पाहू या-

मडकं - आपल्या शरीराचं आणि मनाचं प्रतीक.

प्रवास - पृथ्वीवरील जीवनाचं प्रतीक.

पाणी - आपल्या अंतर्यामी चाललेल्या विचारांची प्रतीके.

झाड - लक्ष्य, ध्येयाच्या दिशेचं प्रतीक.

सफल फल म्हणजेच आत्मसाक्षात्कार, स्थितप्रज्ञता, आत्मबळ!

आता जरा मनन करा, रोजच्या आयुष्यात घडणाऱ्या घटनांमध्ये आपलं मन किती स्थिर राहतं? दररोज आपल्या मनातल्या कोणत्या विचारांना आपण खत-पाणी घालतो?

रोज सकाळी उठल्यापासून रात्री झोपेपर्यंत आपण मडकं म्हणजेच आपलं शरीर, मन घेऊन या मायारूपी संसारात फिरत असतो. या दरम्यान आपल्या मनात कितीतरी खळबळ चालू असते. कधी भांडण होतं, कधी कंटाळा येतो, कधी क्रोध, बदला, तिरस्कार यांसारख्या भावना मनामध्ये येतात. मनाच्या या हालचालींत जे काही अहंकारयुक्त विचार बाहेर येतात, त्याद्वारे आपल्यातील अहंकाराला बळ द्यायचं नसून, त्यातून मुक्त व्हायचं आहे. अहंकार आपल्याला सफलतेच्या फळापासून, आत्मबळापासून दूर नेतो. आता आपण जाणून घेऊ या, आत्मवीर कोणत्या गुणांमुळे मडक्यातलं पाणी शुद्ध ठेवू शकतो?

आत्मवीराच्या मनाचा पहिला गुण आहे, अकंप मन! अकंप मन म्हणजे स्थिर मन. जे कोणत्याही परिस्थितीत कंप पावत नाही, डगमगत नाही, नेहमी खंबीर आणि शांत राहणारं मन. मन कायम स्थिर राहिल्यानं कोणतीही समस्या त्याला हलवू शकत नाही, तर समस्याच आपल्या जागेवरून हलते. शिवाय जाताजाता आपल्याजवळची भेटवस्तूदेखील देऊन जाते. खंबीर आणि स्थिर मनामुळे आत्मवीर नेहमीच योग्य निर्णय घेऊ शकतो.

आत्मवीराच्या मनाचा दुसरा गुण आहे, प्रे-मन! असं मन सर्वांवर प्रेम करतं. विनाअट त्याला फक्त देणंच माहीत असतं. ईर्षा, द्वेष, तुलना यांसारख्या सवयी प्रेमावर मात करतात. या सवयी पाण्यात येणाऱ्या शिंगाड्यासारख्याच असल्यानं ही फळं कधी खाऊ नका. अशा सवयी वाढण्याची मनाला संधी देऊ नका.

आत्मवीराच्या मनाचा तिसरा गुण आहे, निर्मळ मन. प्रवासात होणाऱ्या घटनांमधून माणसाच्या मनात दबलेल्या भावना, विचार, वृत्ती वर उफाळून येतात. त्यात भीती, लोभीपणा, वासना यांसारख्या नकारात्मक भावनांचा समावेश होतो.

त्यांचं काजळ बनवून आपल्या डोळ्यात घालायचं नाहीये. जेणेकरून डोळ्यांचंच नुकसान होईल. या भावना निर्मळ मनाच्या शत्रू आहेत. मनातल्या या भावना उफाळून वर येतात, म्हणजेच पाणी (विचार) अशुद्ध होतं. आत्मवीर ताबडतोब या अशुद्धीला मडक्यातून (शरीरातून) बाहेर काढण्याची कला जाणतो. ही नकारात्मक विचारांची पाण्यातली खळबळ त्याला एक नामी संधी वाटते. मनातील सर्व कचरा मुळापासून काढण्याची ही संधी तो अवश्य साधतो.

परंतु सामान्य माणूस, मात्र नेमकं याउलट करतो. तो वर आलेला कचरा परत मडक्यात भरून ठेवतो. कारण जे विकार वर तरंगत आलेय त्यातून मुक्ती कशी मिळवावी ही कलाच त्याला अवगत नसते.

मात्र, आपल्याला ही समज हवी, जेव्हा मनाला त्रासून टाकणारे तणाव, दुःख, राग अशा नकारात्मक भावना निर्माण होतील, तेव्हा त्यातून लगेच मुक्त व्हायला हवं. त्यांचं काजळ बनवून डोळ्यांत घालू नये. रागाचं काजळ डोळ्यात घातलं, तर क्रोध, संताप, भय असे विकारही डोळ्यांद्वारे प्रवेश करतील. अशा प्रकारे निरनिराळ्या विकारांच्या जाळ्यांमध्ये लोक अडकत जातात. ते बाहेर काढण्याऐवजी, अंतर्यामी साठवून ठेवतात. मग हे विकार वारंवार उफाळतात आणि माणूस अस्थिर होतो.

दैनंदिन जीवनात शरीररूपी मडक्यासोबत अनेक घटना घडत असतात. या घटनांमधून आपल्या मनातील मळ काढून, निर्मळ मनाचा आनंद आपण घेऊ शकतो. स्थिर, शांत असलेलं पाणी वरवर जरी स्वच्छ दिसत असलं, तरी ते काठीनं ढवळल्यावर त्याच्या तळाशी बसलेला सर्व कचरा वर येतो. मग पाणी खूपच अशुद्ध आहे हे वास्तव आपल्याला कळतं. जोपर्यंत आपल्या मनासारख्या गोष्टी घडत असतात, तोपर्यंत आपलं मन खूपच स्वच्छ आहे असं वाटत राहतं, पण हा खूप मोठ्ठा गैरसमज असतो. आत्मवीर या गैरसमजातून मुक्त होतो.

आत्मवीराच्या मनाचा चौथा गुण आहे, त्याचं अखंड आणि आज्ञाधारक मन. मनातल्या भावना, मुखातून निघणारे शब्द आणि शरीराकडून घडणाऱ्या क्रिया या सर्वांत जेव्हा एकरूपता, समभाव साधला जातो, तेव्हाच ते मन संपूर्णतेच्या पातळीवर असतं. असं मनच आज्ञाधारक असतं. बऱ्याचदा लोकांच्या मनात भावना एका प्रकारच्या असतात, विचार काही वेगळेच चालू असतात, संभाषण काही निराळं होत असतं आणि शरीराकडून क्रिया भलतीच होते. त्यांच्या भाव, विचार, वाणी आणि क्रियेत तफावत आढळते. अशा वेळी मन आपल्या आज्ञेत राहत नाही. निरनिराळ्या दिशांना धावत विस्कळीत (खंडित) होत जातं. म्हणून

या सर्वांना एकाच दिशेनं नेणं जरुरीचं आहे. आज्ञाधारक मन आपल्या आदेशावर एकाच दिशेनं विचार करतं. भावनांना योग्य दिशा देण्याचं काम आज्ञाधारक मनच करू शकतं.

गोष्टीतल्या इतर लोकांकडून नेमकी हीच मोठी चूक झाली, त्यांनी विकारांचा, सवयींचा, वृत्तींचा उपभोग घेतला, मात्र त्यातून ते मुक्त झाले नाहीत. अशा चुकांमध्ये अडकून ते वृत्तिवादी, भोगवादी बनले. ज्या माणसानं योग्य प्रकारे संकेत समजून त्यानुसार कार्य केलं तो सफल, यशस्वी झाला. त्याचं पंगुत्व दूर झालं. त्याला आत्मबळरूपी फळ मिळालं. तो 'आत्मवीर' बनला. हेच आपलंही लक्ष्य असलं पाहिजे.

आता पुढील अध्यायात स्थिरतेच्या गुणाला कायम ठेवण्याची कला शिकू या.

●

सारांश

✦ *आत्मवीराच्या मनाचा पहिला गुण आहे, अकंप मन! अकंप मन म्हणजे स्थिर मन. जे कोणत्याही परिस्थितीत कंप पावत नाही, डगमगत नाही, नेहमी खंबीर आणि शांत राहणारं मन.*

अध्याय १०

आपली स्थिरता कायम ठेवा

पलायन करू नका

'दुबळेपणा दाखवू नकोस आणि पलायनही करू नकोस,' हा सल्ला देऊन श्रीकृष्णानं अर्जुनामध्ये स्थैर्य स्थापन केलं आणि युद्धाला पाठ दाखवून पलायन करण्यापासून त्याला रोखलं. श्रीकृष्णाच्या या सल्ल्याचा अर्थ होतो, आपल्याला उच्चतम विकासाच्या मार्गावर सतत अग्रेसर राहायचं आहे, कोणालाही घाबरायचं नाही, कुणाचीही गयावया करायची नाही, पण मागेदेखील पाहायचं नाही. आपल्या मनात एकदा हे पक्कं होताच, आपल्यात स्थिरतेची शक्ती प्रवेश करेल आणि ती जर व्यवहारात आणली तर विजय आपलाच असेल.

तसं पाहिलं तर आपल्या जीवनात आणि मनात प्रत्येक क्षणी युद्ध चालू असतं पण त्यातून आत्मवीरासारखं उजळून बाहेर पडायचं असेल, तर आपल्याला हवी, पॉवर ऑफ स्टॅबिलिटी! पॉवर ऑफ स्टॅबिलिटी म्हणजेच 'स्थैर्याची शक्ती'. आपल्या ध्येयाकडे वाटचाल करत असताना आपलं मन खंबीर राहायला हवं. त्याला पलायन करण्याचं कारण मिळू नये अशी स्थिरता मिळविण्यासाठी काय करायचं हे आता आपण जाणू या. त्यासाठी या वाटचालीत कोणती बाधा येते

हे समजून घेणंही खूप महत्त्वाचं आहे.

स्थिरता एक असा गुण आहे, जो आपल्याला 'स्व'मध्ये स्थापित व्हायला मदत करू शकतो. हा गुण आपल्याला आत्मबळ प्राप्त झाल्यानंतर त्यात स्थिर ठेवू शकतो. स्थिरतेच्या शक्तीवर कार्य करण्यास सुरुवात करण्यापूर्वी, माणूस आपली स्थिरता कधी हरवतो? हे जाणणं आवश्यक आहे. जेव्हा तो जीवनातील घटनांपासून पलायन करण्याचे नानाविध बहाणे शोधतो, तेव्हा तो पलायनवादी होतो. घटनांपासून पळून जाण्यासाठी तो निरनिराळ्या गोष्टी रचतो. ही मानसिकता समजून घेण्यासाठी एक उदाहरण पाहू या. यातून, आपण जीवनात कधी-कधी पलायन करतो आणि त्याचा परिणाम काय होतो? हे जाणून घेऊ या. आत्मवीराच्या चित्रामध्ये दर्शवलेल्या सिंहाची-लायनची ही गोष्ट आहे.

> शेरसिंग नावाचा एक मनुष्य होता. कधी कधी लोक आपल्या प्रिय व्यक्तींना लाडानं थोडंसं नाव बदलून हाक मारतात तसंच शेरसिंगलाही त्याच्या आसपासचे लोक 'लायन' म्हणून बोलवत. त्याचं नाव तर दमदार होतं पण त्याची एक दुर्बलता होती. ही दुर्बलता थोडीशी जगावेगळीच होती. शेरसिंग ऊर्फ लायनला कुणाच्याही नखांवरचं नेलपॉलिश पाहून त्रास व्हायचा आणि बूटपॉलिशच्या आवाजाला तो घाबरायचा. बूटपॉलिश म्हणजे बुटांवरती ब्रश घासण्याचा आवाज त्याला भुतासारखा वाटायचा. अशा तऱ्हेनं नेलपॉलिश आणि बूटपॉलिश या दोन्ही बाबतीत तो दुबळा होता.

ही गोष्ट हसण्यावारी नेण्याची नसून नीट समजून घेण्यासारखी आहे. प्रत्येक माणसाच्या मनात निरनिराळ्या प्रकारचे फोबिया (भीती) असतात. कुणी डोंगरावर चढायला घाबरतं... कोणी वडाच्या, पिंपळाच्या झाडाला घाबरतं... कुणी लाकडाला घाबरतं... कुणी माकडाला घाबरतं... कुणी वडिलांना, बॉसला घाबरतं... कुणी आईच्या-सासूच्या धाकात असतं. साहजिकच प्रत्येकाच्या मनाचा काही ना काही दुबळेपणा, भीती ही असतेच. या दुबळेपणापासून, भीतीपासून तो सतत पलायन करत राहतो. त्या घटनेपासून, त्या वस्तूपासून, त्या व्यक्तीपासून पळत राहतो. शिवाय पलायन करण्यासाठी तो एकापेक्षा एक सरस उपाय शोधून काढतो. त्यातल्या त्यात हल्लीच्या जगात, टीव्ही पाहत राहणं हा तर पलायन करण्यासाठीचा सर्वात सोपा उपाय ठरलेला आहे.

वास्तविक आपल्या 'सेल्फ'ला स्वतःची जाणीव आणि स्वतःच्या गुणांची

अभिव्यक्ती करायची असते. मात्र लोकांना हे ठाऊक नसल्याने कठीण प्रसंगी पळ काढण्याखेरीज अन्य कोणताही पर्याय त्यांना दिसत नाही. अर्थात जिथं नेलपॉलिश दिसण्याची आणि बूटपॉलिशचा आवाज येण्याची शक्यता असते, तिथं शेरसिंग जातच नाही. अशा प्रकारे, सतत तो स्वतःचा बचाव करत राहतो.

नेलपॉलिश आणि बूटपॉलिश ही तर फक्त उदाहरणं आहेत. त्यांच्याकडे आरशासारखं बघाल, तर आपल्या लक्षात येईल, आपण आयुष्यात कोणत्या घटनांपासून पळ काढतो. अशा काही घटना असतात ज्यांना ठामपणे सामोरं जायला हवं पण आपण नेमकं त्यांच्यापासून दूर पळतो. गोष्टीतला 'लायन' नेहमी पलायन करतो कारण त्याला त्याचीच सवय झाली आहे.

> आपल्या सवयींनुसार, आपल्या मनाप्रमाणे वागणारे मित्रच आपण शोधतो. असाच 'लायन'ला देखील एक मित्र मिळाला, 'पलायन'. लायनसिंगाचा रुबाब त्याच्या नावाप्रमाणे नसला, तरी पलायनसिंग मात्र त्याच्या नावाला शोभेलसाच होता. 'लायन'ने आपली व्यथा 'पलायन'ला सांगितली.
>
> पलायनसिंगाला लायनसिंगची व्यथा पूर्णपणे उचित वाटली. मग आपण जर पलायनलाच साथीदार करणार असलो, तर छोटीशी, साधी समस्याही मोठ्या प्रॉब्लेमसारखीच वाटणार! त्यानं सांगितलं, 'तुमचा त्रास तर आता अजूनच वाढणार आहे. फॅशन बदलती आहे. कालपर्यंत फक्त मुलीच नेलपॉलिश लावत होत्या, आता मुलंही नेलपॉलिश लावत आहेत' आणि लायनला पलायनचं म्हणणं खरोखर पटलं.

जाहिरातदारांचा प्रयत्न असतो, आपल्या प्रॉडक्टची जास्तीत जास्त विक्री व्हावी, प्रॉडक्टचा खप वाढावा. म्हणूनच पूर्वी जी उत्पादनं फक्त मुलींसाठी असायची, हल्ली तशीच उत्पादनं मुलांसाठीही बनवली जातात. खरं तर मायेची, 'आपण पलायन करावं ' हीच इच्छा असते. परंतु या पळून जाण्यानं होणारा परिणाम पुढे आपल्यालाच भोगावा लागतो. बऱ्याचदा आपल्याला दिसतं, लोकांना थोडं टेन्शन आलं की ते जास्तच खातात. त्याला 'इमोशनल इटिंग' असंही म्हटलं जातं. हा सुद्धा टेन्शनपासून दूर पळण्याचाच एक उपाय आहे. हल्लीच्या जगात आपल्याला जाड लोकं जास्त दिसतात, त्याचं एक कारण हेही आहे. असाच आणखी एक उपाय आहे, 'इमोशनल शॉपिंगचा'. एखाद्या गोष्टीचा त्रास झाला, मन दुःखी झालं की त्याला रिझवण्यासाठी लोकं शॉपिंग करतात. खरं तर आपण त्या

भावनेला योग्य प्रकारे सामोरं जायला हवं. परंतु अंतरंगात डोकावून पाहण्याऐवजी, लोक फिरायला बाहेर पडतात.

एखाद्या कठीण प्रसंगी काही वेळा माणसाच्या शरीरावर विशिष्ट लक्षणं दिसायला लागतात. कधी घसा बसतो... कधी छातीत चमकतं... कधी खांदे आखडतात... कधी पोटात मुरडा येतो. दुःखद भावनांपासून पलायन करण्यासाठी माणूस भरपूर जेवतो. त्यामुळे शरीराची सारी ऊर्जा अन्नाच्या पचनावर केंद्रित होते. पोटात काही ढकललं की शरीराचं ध्यान तिकडंच जातं. भोजनाचा बोजा भावनेवर भारी पडतो. मग काही वेळासाठी आपण पोटाच्याच विचारात दंग राहतो.

या सर्व प्रकारांनी थोड्या वेळासाठी दुःखद भावनेतून मुक्ती मिळते खरी, पण वस्तुस्थितीचं काय? वास्तवात या भावना कुठेही जात नाही तर थोड्या वेळासाठी दाबल्या जातात. जेवण पचलं की पुन्हा त्या वर यायला सुरुवात होते. आता त्यांना परत काहीतरी खुराक हवा असतो. म्हणतात ना, 'चिंता माणसाला खात नाही, तर चिंतामुक्त होण्यासाठी माणूसच खात राहतो.'

आता आपल्याला समजलं असेल, स्थैर्याची शक्ती प्राप्त करण्यासाठी पलायनसिंगापासून मुक्ती मिळवणं किती आवश्यक आहे. पुढील अध्यायात आपण याचा खोल गर्भितार्थ समजून घेऊ या.

●

सारांश

✦ *आपल्या ध्येयाकडे वाटचाल करत असताना आपलं मन खंबीर राहायला हवं. त्याला पलायन करण्याचं कारण मिळू नये.*

अध्याय ११

दुःखावरचा स्थायी उपाय

नका करू शोक, बना अशोक

आत्मवीरातील शौर्य दडलेलं असतं, ते स्थैर्यात! हा शूरपणाच मनुष्याला कमळाच्या फुलासारखं निर्लिप्तपणे जगायला शिकवतो. आपल्यातील या गुणवत्तेच्या उपस्थितीनं इतरांच्या आयुष्यातही नवजीवनाचा संचार होतो. पण आपल्यामध्ये हा गुण प्रकट होण्यासाठी प्रथम स्वतःला दुःखातून बाहेर यावं लागेल, दुःखमुक्त व्हावं लागेल.

प्रत्येक मनुष्य आयुष्यात कोणत्या न कोणत्या गोष्टीवर दुःख, शोक करत राहतो. परंतु आपल्याला शोकग्रस्त न बनता 'अशोक' बनायचं आहे. अशोक (अ-शोक = शोक न करणारा) म्हणजे जो शोकमुक्त आहे. कोणत्याही घटनेनं तो दुःखी होत नाही. अशोक होण्यासाठी प्रथम आपल्याला शोकाकडे, दुःखाकडे साक्षीभावानं बघावं लागेल. जसं, आपल्या शरीरात कुठे वेदना होताहेत... मानेत... कंबरेत... घसा... छाती... पोट... खांदा... पाठीत...! सगळ्या शरीराचं निरीक्षण करून त्याला चांगलं-वाईट यांचं लेबल न लावता, ते जसं आहे तसं पाहायला हवं.

येशू ख्रिस्त म्हणाले होते, 'धन्य आहे ते लोक जे शोक करतात. कारण त्यांना सांत्वना मिळते.' इथं सांत्वनेचा अर्थ आहे, 'आत्मसाक्षात्कार'. या वाक्यावर थोडा सखोल विचार केला तर जाणवेल, किती महान गोष्ट मिळणार होती! पण लोकांनी या पंक्तीचा वरवर अर्थ काढला. लोकांना वाटलं, सांत्वना म्हणजे सहानुभूती असंच जीझस सांगताहेत. सहानुभूती मिळवण्यासाठी लोक आपलं दुःख इतरांना सांगतात. परंतु केवळ दिलासा, सहानुभूती मिळाल्याने आत्मसाक्षात्काराची प्राप्ती होत नाही. कारण जे लोक आपलं दुःख इतरांबरोबर वाटतात, ते त्यांच्या दुःखाला सामोरं जाण्याइतके सक्षम नसतात. पण जोपर्यंत ते सत्य जाणत नाहीत, योग्य पद्धतीचा अवलंब करत नाहीत, तोपर्यंत स्वतःचं दुःख इतरांना सांगून आपल्या मनावरचं ओझं, ताण कमी करतील, इतरांकडून दिलासा मिळवत राहतील.

शोक करणं आणि शोकग्रस्त होणं यात सूक्ष्म अंतर आहे. समजा, एखादा पाण्यात पोहतोय तर दुसरा बुडतोय. बस्स... इतका सूक्ष्म फरक! दोघंही आहेत तर पाण्यातच पण एकाची क्रिया विचारपूर्वक आहे तर दुसऱ्याचं स्वतःवर कोणतंही नियंत्रण नाही. त्याचप्रमाणे आपल्याला शोकग्रस्त व्हायचं नाही तर दुःखातून पार होऊन, त्यावर उपाय शोधायचा आहे. सिद्धार्थ गौतम देखील शोकग्रस्त झाले होते. त्यांना वाटलं, 'हे जीवन असंच आहे का? शारीरिक रोग, म्हातारपण आणि मग मृत्यू... या सगळ्यातून मलाही जावं लागणार?' अशा प्रकारे दुःखी झाल्यानंतर त्यांनी या गोष्टींवर अंतर्यामी गहिरं मनन केलं. त्यानंतरच त्यांना आत्मसाक्षात्कार, आत्मस्थिरता प्राप्त झाली. शिवाय आत्मबळ प्राप्त होऊन ते भगवान बुद्ध बनले.

जे शोकातून अशोक होतात, अशाच लोकांकडून नवनवीन आविष्कार घडतात. शोक भावना प्रकटल्यानंतर मनुष्य त्यांना सामोरं जातो, त्यांच्याकडे साक्षी भावनेनं बघतो, तेव्हा त्या विलीन होतात. जो मनुष्य चिंता न करता, चिंतन करतो तोच जीवनाची रहस्यं समजू शकतो. त्यालाच स्पष्टपणे दिसतं, 'ही समस्या आहे आणि तिचं निरसन या प्रकारे होऊ शकतं.' शोकाकुल अवस्थेतून उपजलेल्या विचारांचा परिणाम म्हणजे सर्जनाचा आविष्कार! मग ती पेन्सील असो किंवा पेनिसिलीन. असे शोध म्हणजे मनुष्याकडून घडलेली अद्‌भुत अविस्मरणीय अशी आविष्कार निर्मिती आहे. दुःखाकडे साक्षीभावानं बघितल्यानंतरच आपण निर्विकार होऊन योग्य प्रतिसाद देऊ शकतो. अन्यथा बहुतेक वेळा लोक त्यांच्या भावना एक तर दाबून टाकतात किंवा समोरच्यांवर त्याचा दोष थोपतात. अशा प्रकारे दमन किंवा वमनाने, मनात झुरत राहून अथवा

इतरांवर राग काढून, कधी कोणाला आत्मसाक्षात्कार प्राप्त होत नाही. उलट जे आपल्या भावना दडपून टाकतात ते आजारांना आमंत्रण देतात आणि जे क्रोधित होतात, आरडाओरडा करतात ते कर्मबंधनात अडकतात. अशा प्रकारे टोकाची भूमिका घेतल्यानं चुकीचे परिणाम दृष्टीस पडतात.

जो मनुष्य घटनांचा योग्य प्रकारे सामना करतो तो पलायन करत नाही. स्वतःचा सामना करून साक्षीभावनेनं जाणायला हवं (जाणणं), 'या घटनांमुळे माझ्या शरीरात कोणत्या भावना जागृत होत आहेत?' हा प्रश्न स्थैर्याची शक्ती प्राप्त करण्यासाठी आवश्यक असतो. आपण स्वतःला सांगायला हवं, 'हा दुःखाचा कालावधी जाता जात नाही. मला तो आवडत नाही, असह्य होतोय. पण या क्षणिक दुःखाचा, तात्पुरत्या अडचणींचा सामना जर मी केला, तर पुढच्या अनेक मोठ्या दुःखांपासून वाचू शकेन.' कारण आपण आत्ता त्यापासून पलायन केलं तरी ते दुःख कायम आपला पाठलाग करतच राहील. दुःखातून बाहेर येण्याचे सर्वोत्तम उपाय माहीत नसल्याने लोक चुकीच्याच पद्धतींचा अवलंब करतात. काही लोक व्यसनं करून, दारू पिऊन दुःखापासून पलायन करतात. परंतु असं केल्यानं ते वर्तमानातूनच पलायनाचा मार्ग शोधतोय हे त्यांना ठाऊक नसतं.

पलायनसिंग लायनचा जिवलग मित्र झाला होता. लायनचा दुबळेपणा दूर करण्यासाठी पलायनसिंग त्याला सांगू लागला, 'अरे, मित्रा, तू सिगारेट पी.. मद्य सेवन कर... त्या सोबत असं चमचमीत खायला शिक... तुझी भीती दूर होईल.' आता लायनच्या आनंदाला पारावार राहिला नाही. तो विचार करू लागला, 'माझं नशीब थोर म्हणून मला असा मित्र भेटला. त्याच्या सोबतीनं आता माझं दुःख मी नक्कीच कमी करू शकेन.'

वास्तविक दुर्बलतेपासून मुक्ती मिळवण्याच्या, भयमुक्त होण्याच्या इतर असंख्य पद्धती उपलब्ध होत्या. परंतु लायन, आपल्या मित्राच्या, पलायनसिंगाच्या इतका अधीन झाला होता, की त्याला दुसरं काही दिसतच नव्हतं, जणू त्यानं डोळ्यांना झापडं लावली होती. तरी पलायनसिंग त्याला फूस लावतच होता.

एकदा पलायनसिंग लायनला म्हणाला, 'माझे वडील ऑप्टिशियन असून ते चश्मा बनवण्याचं काम करतात. त्यांच्याकडून मी तुझ्यासाठी एक खास चश्मा बनवून घेणार आहे.' लवकरच त्यानं तो खास चश्मा आणला, ज्यातून लायनला नेलपॉलिशचा रंग

स्पष्टपणे दिसू नये आणि बूटपॉलिशचा आवाजही ऐकता येऊ नये. हा चश्मा केवळ डोळेच नव्हे तर कानांनाही पूर्णत: झाकत होता. मग अशा चश्म्याला तुम्ही काय म्हणाल? चस्काच ना! लोकांना चश्मा लागतो तर लायनला चटक लागली.

सुरुवातीला लोक पलायनसिंगबरोबर मैत्री करतात, मग त्यांना ती चटकच लागते. त्यानंतर ती व्यसनंच वरचढ होतात. मग त्या व्यसनांशिवाय जगण्याची लोक कल्पनाच करू शकत नाहीत.

पलायनसिंगानं सांगितलेल्या उपायानं लायनची समस्या काही अंशी दूर झाली. आता त्याला नेलपॉलिशचे रंग धूसर दिसू लागले. बुटपॉलिशचा आवाज ऐकू येणं बंद झालं. आता त्याला वाटलं, त्याचं सगळं भय संपुष्टात आलं, सर्व दुर्बलता दूर झाली. त्याच्या सर्व समस्या सुटल्या. पण हे असं किती दिवस चालणार होतं?

अशा प्रकारे संपूर्ण जगात लोक अस्थायी, तात्पुरते उपाय शोधण्यातच व्यस्त आहेत. जसं, थोडंसं डोकं दुखायला लागलं, घ्या गोळी... थोडा ठसका आला, प्या कफ सिरप. त्यांना वेदना जराही सहन होत नाहीत. छोट्या छोट्या गोष्टींवर ते औषधं घेतात जणू ते स्वत:च अर्धे डॉक्टर बनतात. घेतलेल्या औषधांचा योग्य परिणाम होतोय की नाही याचीही दखल ते घेत नाही. औषधं, गोळ्या घेण्याची जणू चटक लागते. थोडा वेळ बरं वाटण्यासाठी ते गोळ्या घेत राहतात, अशानं ते आपल्याच शरीराशी शत्रूता करतात. मग पुढे जाऊन त्याचे परिणामही नकारात्मकच येतात. औषधांचे साइड इफेक्ट्स होतात. मूळ त्रास बाजूला राहून व्यसनांमुळे होणाऱ्या व्याधी जीव नकोशा करतात.

'तात्पुरता आराम मिळावा' यासाठी मनुष्य वर्षानुवर्षं औषधं घेत राहतो. त्याशिवाय तो राहूच शकत नाही, मग त्याचे दुष्परिणाम आयुष्यभर तो सहन करतो. पण आधीच जर त्यानं आजारावर योग्य उपचार केले असते, थोडं सहन केलं असतं, तर तो आजार मुळासकट नष्ट झाला असता. शिवाय आता एवढा त्रासही सहन करावा लागला नसता. केवळ त्या आजारापासून पलायन केल्यानं त्याला इतकी मोठी किंमत मोजावी लागतेय! पलायन करून त्याने काय साध्य केलं, कोणते त्रास ओढवलेत हे त्याच्या लक्षात येत नाही.

शेरसिंग सोबतही असंच घडलं. तो दिवसभर चश्मा लावून फिरत होता. मात्र रात्री झोपताना तो चश्मा काढून ठेवायचा. पण गंमत अशी, की त्याचे डोळेच बंद होत नसत. तो रात्रभर

घुबडाप्रमाणे जागायचा. मग त्याच्या कानातून विचित्र आवाज यायचे. 'अरे, माझ्याकडे कोणी लक्षच देत नाही... जगात चांगले लोक नाहीत... सगळे एकजात फसवणारे आहेत... सगळे माझी थट्टा करतात... त्यानं असं करायला नको होतं... मी खूप दुःखी आहे...' अशा प्रकारे आता एक नवीनच समस्या त्याच्यापुढं उभी राहिली, जी आधीपेक्षाही भयंकर होती.

मग लायननं त्रस्त होऊन महाबली ईश्वराला प्रार्थना केली. त्याचं फळ म्हणून एकदा त्याला जंगलात फिरत असताना वृत्तपत्राचा फाटलेला एक कागद सापडला. त्या कागदावर महाबळेश्वरला असलेल्या एका चश्म्याच्या कारखान्याची जाहिरात होती.. याचाच अर्थ, त्याला त्याच्या प्रार्थनेचं उत्तर मिळालं होतं. मोठ्या आनंदानं त्यानं महाबली ईश्वराचे आभार मानले आणि तो महाबळेश्वरला जायला निघाला.

तिथं पोहोचल्यानंतर त्याची भेट फॅक्टरीच्या मालकाशी झाली. तो लायनला म्हणाला, 'तुझ्या डोळ्यांवर इलाज करावा लागेल. म्हणून तू काही दिवस इथंच राहा. आता लायन तिथंच राहू लागला. एकदा त्याला फॅक्टरीच्या मालकाने सनसेट पॉइंटवर नेऊन सांगितलं, 'संध्याकाळपर्यंत तू असाच उजेडात बसून 'स्व' चौकशी, आत्मपरीक्षण करत राहा. संध्याकाळी सूर्य अस्ताला जाईपर्यंत आकाशाकडे बघत बैस.'

आता कोणतंही गत्यंतर नसल्याने लायनला नाइलाजास्तव हे सर्व करणं भागच पडलं. परंतु जेव्हा त्यानं मनन केलं, तेव्हा त्याच्या भीतीच्या सवयीचं, दुर्बलतेचं निदान झालं. सनसेट पॉइंटवर जे काम त्याला सांगितलं, त्याप्रमाणे आकाशातील विविध रंग पाहून त्यांची तीव्रता सहन करण्याची सवय त्याच्या अंगवळणी पडली. वास्तविक तिथं त्याला का बसवलंय हे ठाऊक नसलं, तरी तो शांतपणे बसून राहिला. बघता-बघता त्याची समस्या कधी विलीन झाली हे देखील त्याला कळलं नाही. मग तो आनंदाने घरी परतला.

अशाप्रकारे माणसाला ध्यानात बसण्याचा उद्देश, ध्यानात बसून काय मिळणार आहे हे ठाऊक नसतं. लायनला सनसेट पॉइंटवर बसून विविध रंग पाहण्याची, त्यांची तीव्रता सहन करण्याची सवय लागली. त्याचप्रमाणे ध्यानात

बसल्यानंतर मनात येणाऱ्या विचारांचा सामना करण्याची सवय, शारीरिक वेदनांकडे साक्षीभावनेनं बघण्याचा सराव माणसाला होतो. एकूणच त्याची सहनशक्ती वाढते. आजवर ज्या ज्या गोष्टींपासून तो पलायन करत होता त्यांचा साक्षात्कार होतो.

काही कार्यं अशी असतात, जे सुरू करण्याआधीच त्यांचा अर्थ सांगितला जातो. पण काही कार्यांचा समाप्तीनंतर, कारण अनुभवातून झालेल्या ज्ञानप्राप्तीनंतरच मनुष्याच्या अंतर्यामी सार्थक परिवर्तन सुरू होतं.

स्थैर्याची शक्ती प्राप्त करण्यात सहनशक्ती कोणती भूमिका बजावते हे आपण पुढील अध्यायात जाणणार आहोत...

●

सारांश

- *अशोक होण्यासाठी प्रथम आपल्याला शोकाकडे, दुःखाकडे साक्षीभावानं बघावं लागेल.*
- *जे शोकातून अशोक होतात, अशाच लोकांकडून नवनवीन आविष्कार घडतात.*

अध्याय ११

सहनशीलता, शिस्त आणि धैर्य वाढवा

‘स्व’मध्ये स्थित होण्याची तयारी करा

सहनशक्ती वाढवणं म्हणजे सहन करण्याची सीमा वाढवणं होय. समजा, आपल्याकडे अचानक नावडते पाहुणे आले... मनाविरुद्ध घटना घडल्या... तर नकारात्मक घटना किंवा अनावश्यक विचारांनी आपण हैराण होऊन जातो, त्रस्त होतो. परंतु मनुष्याने जर आपली सहनशक्ती वाढवली तर खंबीरपणा, अकंप अवस्था, आत्मबळ त्याच्यापासून फार दूर राहत नाही. पाचवी आध्यात्मिक शक्ती - पॉवर ऑफ स्टॅबिलिटी - प्राप्त करून माणूस आत्मवीरासारखी पूर्णता प्राप्त करू शकतो.

सहनशक्ती वाढवण्याची युक्ती (तंत्र)

एखाद्या भिंतीचं बांधकाम कच्चं असेल, तर थोड्याशा पावसानेदेखील तिला भेगा पडतात किंवा ती ढासळते. पण तीच भिंत पाणी मारून मारून मजबूत केलेली असेल, तर मुसळधार पावसाचाही तिच्यावर परिणाम होत नाही. अशा प्रकारे सहनशक्ती वाढवल्याने घराच्या निर्जीव भिंती बळकट होत असतील, तर

मनुष्यासाठी ही सहनशक्ती म्हणजे एखाद्या चमत्कारासारखीच सिद्ध होऊ नाही का शकणार?

दररोज वजन उचलल्यानं आपल्याला शक्ती प्राप्त होते, सहनशक्ती वाढते. मग एक दिवस असा येतो, कितीही जड वजन उचललं, तरी आपल्याला काही फरक पडत नाही. याचाच अर्थ, शारीरिकदृष्ट्या आपली सहनशक्ती वाढते. परंतु मानसिकदृष्ट्या सहनशक्ती वाढण्यासाठी आपल्याला वजन उचलण्याची पण आवश्यकता नसते. कारण आपल्या आयुष्यात कोणती ना कोणती समस्या येतच राहते, जी आपल्याला सहन करावीच लागते. योग्य समज नसेल, तर मनुष्य कसाबसा, रडतखडत त्या समस्येचा सामना करतो. परंतु असं केल्याने सहनशक्ती वाढत तर नाहीच उलट कमी होते.

सहन करणं हे दोन प्रकारचं असतं. पहिल्यात माणूस स्वतःला इतरांपेक्षा कमी, क्षुद्र समजतो. तर दुसऱ्यात 'आत्मसाक्षात्कार' नावाच्या सांत्वनेसाठी सहन करतो. जसं, भगवान बुद्धांनी सहा वर्षं, भगवान महावीरांनी बारा वर्षं तपश्चर्या केली. या अवधीत त्यांनी अतोनात कष्ट सहन केले; पण अखेर त्यांना आत्मसाक्षात्कार प्राप्त झालाच. जगण्याची शक्ती जशी जगूनच प्राप्त होते, तशी सहन करण्याची शक्ती सहन करूनच वाढते.

आपला जिवलग मित्र पलायनसिंग मध्येच म्हणेल, 'अरे, इतकं सहन करण्याची आवश्यकताच काय? ही भावना मनातच दाबून टाक.' आपल्याजवळ पलायनाचा मार्गही उपलब्ध असतो. परंतु समज प्राप्त केली असल्याने आपण म्हणाल, 'मला हे सहन करायचं आहे, माझ्यासाठी... माझी सहनशक्ती वाढावी म्हणून... रडणं म्हणजे काही हरवणं आहे.'

आपलं डोकं दुखत असेल, तर लगेच गोळी घेऊ नका. डोकेदुखी जर खूपच असह्य झाली, तर गोळी घेणं हा शेवटचा पर्याय ठेवा. तोपर्यंत त्या वेदना साक्षीभावनेनं पाहा. थोड्या वेदना सहन करण्याचा सकारात्मक परिणाम आपल्याला पुढे दिसेल. आपण मोठ्या दुःखापासून वाचाल. लहानसहान दुखण्यासाठी वरचेवर गोळी घेतल्यानं होणारे साइड इफेक्ट्पासून आपण दूर राहाल.

'आधीच थोडं सहन केलं असतं, तर आता इतकं सहन करावं लागलं नसतं.' ही समज बाळगून सहनशक्ती वाढवायची आहे. म्हणजे समस्येपासून पलायन न करता तिचा कणखरपणे सामना करायचा आहे. मात्र, यासाठी शरीर तयार व्हावं.

एखादं काम करताना मनुष्य लगेच कंटाळतो. ते करावं लागू नये म्हणून

अनेक बहाणे शोधतो. परंतु आपण आता त्याच्याकडे साक्षीभावाने पाहता, 'हा कंटाळा का येत आहे... शारीरिक पातळीवर तो कसा जाणवत आहे...' यावर शोक करा, मनन करा. वास्तविक याच अवस्थेसाठी जीझसने, 'धन्य आहेत ते लोक जे शोक करतात' असं म्हटलं होतं. यातून हेच निष्पन्न होतं, की नकारात्मक गोष्टीलाही कसं सकारात्मक रूप दिलं आहे आणि धन्य, धन्य म्हटलं आहे. शेरसिंगाच्या कहाणीतून हे सखोलतेनं समजून घेता येईल.

लायनच्या कहाणीत पुढे त्याच्यात शिस्त यावी म्हणून त्याला सनसेट पॉइंटवर दररोज धावण्यासाठी प्रोत्साहन दिलं जातं. आता रोज सकाळी ग्राऊंडवर तो धावत राहिल्याने त्याला बराच लाभ झाला. शिस्तीचं प्रशिक्षण मिळाल्याने त्याच्यात सहनशक्ती आणि अनुशासन शक्ती दोन्ही वृद्धिंगत झाल्या. यापूर्वी त्याची अशी अवस्था होती, की त्याने जर रात्री चश्मा (व्यसन केलं नाही तर) काढला तर त्याचे डोळे बंद होत नव्हते. पण आता मात्र रात्री त्याचे डोळे आपोआप मिटत होते, हे आश्चर्यच नव्हे का?

याचाच अर्थ, त्याला जी शिस्त लावली, त्याची सहनशक्ती वाढवली, विविध रंगांचा अभ्यास त्याच्याकडून करवून घेतला. जेणेकरून तो पलायन करण्याच्या वृत्तीतून मुक्त झाला. म्हणून रात्री चश्मा काढताच तो गाढ झोपी जाऊ लागला. आता यापुढे वासनेचं काही काम नाही हे त्यानं जाणलं. वस्तुस्थितीचा सामना तो करू लागल्याने त्याचे तसे परिणामही यायला सुरुवात झाली. आता तो जीवनाच्या खऱ्या रंगच्छटा बघण्यासाठी सक्षम बनला.

अशा प्रकारे जे लोक व्यसनात अडकले आहेत, त्यांनी त्यातून बाहेर येण्याची जबाबदारी लगेच स्वीकारावी. कारण असे लोक त्यांच्या चुकीच्या कामांचा दोष इतरांवर लादतात. त्यांनी सहनशक्ती वाढवावी म्हणजे मग पलायनसिंगाची गरजच भासणार नाही.

पलायनापासून बचाव

पलायनाची सवय ही कुठल्याही प्रलोभनापेक्षा कमी नाही. या सवयीतून मुक्तीसाठी काही क्रिया करण्याआधी थोडं थांबा. जसं, एखाद्या मनुष्यासमोर पंचपक्वान्नाचं ताट येताच तो त्याचे आवडते पदार्थ आधी खातो. मुलं नाही का, केकसमोर येताच आधी त्याच्यावरची चेरी खाऊन टाकतात! पलायनाच्या सवयीतून मुक्त होण्यासाठी तुम्हाला अधिक आवडणारे पदार्थ शेवटी खायला हवेत. आपल्याला आवडणारे पदार्थ कधीही खाल्ले तरी ते रुचकरच लागतात.

पण मग इतर पदार्थांपासून पलायन करणं हे नुकसानदायकच ठरतं ना! या सवयीतून मुक्त व्हावं यासाठी पालक आपल्या मुलांना सांगतात, 'आधी तू डाळ, चपाती आणि भाजी खा, मगच तुला केक मिळेल.' अशा प्रकारे आधी स्वास्थ्य मगच स्वाद! हा नियम आपल्याला प्रत्येक ठिकाणी पाळायचा आहे.

समजा, आपल्याला दिवसभरात दहा कामं करायची आहेत. त्यातील दोन आवडती आणि आठ कंटाळवाणी. मग माणूस काय करतो, आवडणारी दोन कामं तो झटपट करून टाकतो आणि इतर आठ कामं हळूहळू, कशीबशी उरकत राहतो. आता ही प्रवृत्ती नष्ट व्हावी म्हणून त्याने नावडती आठ कामं आधीच करून नंतर आवडती कामं करायला हवीत. सकाळी जेव्हा त्याचा चेतनेचा स्तर उच्च असतो, उत्साह असतो तेव्हा न आवडणारी कामं करून टाकायला हवीत. ही कामं करताना फार फार तर दोन ते तीन तास लागतात. मग आपणच बघाल, इतर कामं करण्यासाठी अद्याप बराच अवधी शिल्लक आहे. मग त्या वेळेत आपण नवीन अभिव्यक्ती करू शकाल. त्यानंतर अचानक, आपण मुक्त होऊ लागल्याचं आपल्याला जाणवेल. यात आपण काय केलं, तर सुख स्थगित करण्याची सवय विकसित केली. लोक त्यांची कामं पुढे ढकलत राहतात. आज करू... उद्या करू... पण आपण तर चक्क सुखालाच पुढे ढकललंत, आहे ना आश्चर्य?

'कर्म करा पण फळाची इच्छा करू नका' असं सांगितलं जातं, तेव्हा कर्म केलं तर फळ आपोआपच येणार आहे हा अर्थ अभिप्रेत असतो. कारण ते कर्मासोबत जोडलेलंच असतं. हा त्या सांगण्यामागचा उद्देश असतो. प्रत्येक कर्माचं फळ येणारचं असतं. कर्म कंटाळवाणं आहे तर फळ केकच्या चेरीसमान! स्वादिष्ट. म्हणून लोकांना आधी फळ खायलाच जास्त आवडतं. फळावरच लक्ष केंद्रित होऊ नये यासाठी असं वाक्य सांगितलं जातं. जे लोक फळाची इच्छा न ठेवता कर्म करतात, त्यांना आयुष्यात त्याचे परिणाम दृष्टीस पडतात, कारण जीवनाचा हा सिद्धांतच आहे.

सुखाला पुढे ढकलण्याची ही सवय अंगीकारल्याने हळूहळू आपण, जे दु:ख आपल्याला दिलंच नाही ते भोगणं बंद करतो. केवळ पलायन करण्याच्या या सवयीने ते आपल्याकडे आकर्षित झाले होते. याचाच अर्थ, आजवर आपण जे-जे केलं त्याचे साइड इफेक्ट भोगत असतो. या सवयीतून मुक्त होण्यासाठी आपल्याला स्वत:च याचा सामना करावा लागेल.

कित्येकदा आपण मुलांमध्ये नकळत हे पलायनाचं बीज पेरतो, रोवतो. आणि जेव्हा त्याची मुळं घट्ट रुजायला लागतात, तेव्हा याचे परिणाम मुलाला

आयुष्यभर भोगावे लागतात. जसं, आपण आपल्या मुलाला एखादं खेळणं दिलं आणि ते जर तुटलं तर आपण लगेच त्याला दुसरं खेळणं देता. याचाच अर्थ, आपण त्याला पलायनाची सवय लागावी यासाठी प्रवृत्त केलं. याउलट, 'चल हे दुरुस्त, नीट कर' असं तुम्ही म्हणायला हवं होतं.

आपण स्वतः सोबतही अनेकदा असंच करतो. एखादी वस्तू नादुरुस्त झाली तर पलायनवादीची सवय असल्याने ते लगेच बदलून टाकावं असं आपल्याला वाटतं. परंतु समजूतदार मनुष्य आधी ते ठीक करण्याचाच प्रयत्न करेल. कारण एखाद्या अगदी क्षुल्लक कारणानं ते खराब होतं. कदाचित त्यातील एखादी तार ढिली झाली असेल... स्क्रू पडला असेल. पण थोडं लक्ष दिलं तर नक्कीच ती पुन्हा चांगली, दुरुस्त होऊ शकते.

ज्या मुलांना खेळणं बिघडलं की त्वरित नवीन मिळतं, त्यांचा पूर्ण विकास होत नाही. कारण पलायन त्यांच्या जीवनात सूक्ष्म रूपात दडलेलं असतं. पण ज्या मुलांना खेळणं सुधारण्यासाठी प्रोत्साहन मिळतं ते अधिक समजूतदार बनतात. अन्यथा ते लवकर कंटाळतात. मग त्याला आज एक... उद्या दुसरं... अशा प्रकारे आईवडीलही श्रीमंत असतील, तर रोज नवनवीन खेळणी आणून देतात. असं करून ते त्यांच्या मुलांमध्ये पलायनाची सवय लावण्यासाठी सहायक ठरतात. पण दुर्दैवाने त्यांच्या हे लक्षात येत नाही.

पालकांना आपल्या मुलांचं भलं व्हावं असं वाटत असेल, तर सुख थोपवून कसं ठेवावं याचं प्रात्यक्षिक त्यांना दाखवावं लागेल. आधी कंटाळवाणी कामं करून मगच आवडती काम करायला सुरुवात करायची, हे त्यांना शिकवावं लागेल. मुलांना जर, आपले आईवडील दृढ निर्णय घेऊन त्यावर कायम राहतात हे समजलं तर त्यांच्यात देखील तशी सवय निर्माण होईल. मग मुलंही पलायनसिंगापासून मुक्त होतील.

योग्य वेळी योग्य गोष्ट करण्याची मजा काही औरच असते ही गोष्ट आधी पालकांनी समजून घेऊन मग आपल्या मुलांनाही शिकवायला हवी. मुलाने जर विचारलं, 'या वाढदिवसाला मला काय भेट देणार आहे?' तर आपण त्याला सांगा, 'तुला भेट अवश्य मिळेल पण ती काय आहे हे त्या दिवशीच समजेल.' त्यावर मूल, 'आत्ताच सांगा' असा हट्ट करेल. परंतु तरीही त्याच्यात धैर्य, सहनशक्ती वाढावी यासाठी त्याला प्रशिक्षित करायचं आहे. योग्य वेळी योग्य गोष्ट मिळण्याचं महत्त्व त्याला समजवायचं आहे. कदाचित आपल्याला त्याला लगेचच सगळं सांगावसं वाटेल. पण आपणही थोडा वेळ थांबलात तर धैर्य,

सहनशक्ती, स्वयंशिस्त वृद्धिंगत होईल, मुलामध्ये आणि आपल्यातही!

लायनसिंगला लागलेली चटक मानसिक रोगाचंच एक उदाहरण आहे. आयुष्यात अशी चटक लागण्यासाठी भरपूर कारणं असतात. लोकांना कुठल्या न कुठल्यातरी गोष्टींपासून लांब पळायचं असतं त्यासाठी ते व्यसनांचा आधार घेतात, नंतर त्या व्यसनांचेच गुलाम होऊन बसतात.

> एका शाळेत सर्व विद्यार्थी एका बारीक अंगकाठीच्या मुलाला चिडवत असत. त्याच्या अशक्तपणाचा फायदा घेऊन त्याला मारत, हिणवत. त्यांच्यापासून सुटकेसाठी त्या लुकड्या मुलानं नामी उपाय शोधला. त्यानं एका जाडजूड, पैलवान मुलाशी दोस्ती केली. त्या पैलवान मुलाबरोबर तो शाळेत सगळीकडे हिंडू लागला. पैलवानाला त्याच्या सोबत पाहिल्यावर इतर मुलं त्याच्या वाट्याला जाईनाशी झाली. हळूहळू त्यांचा त्रास कमी झाला खरा पण त्या लुकड्या मुलाला वेगळीच समस्या सतावू लागली. पैलवानासोबत राहता राहता, त्याला त्याची सर्व कामं करावी लागायची. तो जणू काही पैलवानाचा सांगकाम्याच झाला. थोडक्यात आडातून विहीरीत अशी त्याची अवस्था झाली.

प्रत्येकानं स्वतःला विचारलं पाहिजे, 'माझ्या आयुष्यात कोणतं व्यसन आहे?' कारण प्रत्येकाचं व्यसन वेगळ्या प्रकारचं असतं. कुणाला आपल्या आयुष्याच्या बरबादीसाठी आईवडील किंवा सासूसासरे जबाबदार वाटतात... कुणाला रोज संध्याकाळी बायकोवर-मुलांवर हात उगारायचा असतो... कुणी रस्त्यातून जाणाऱ्यांशी भांडतात... कोणी मित्र-मैत्रिणींबरोबर उशिरापर्यंत भटकत बसतात... कुणी फेसबुकवर पडीक असतात... कुणी टिव्ही पाहण्यात... कुणी मोबाईलवर गेम खेळण्यात दंग... असंख्य प्रकारची व्यसनं! फक्त एकट्या-दुकट्या माणसालाच नव्हे प्रत्येक समाजाला, प्रत्येक धर्माला, प्रत्येक देशालाही व्यसन लागू शकतं. म्हणूनच नीट पारखा, 'आपल्याला कोणतं व्यसन लागलं आहे?' विचार करा, मनन करा आणि त्या व्यसनाचा शोध लागला की त्याच्यापासून मुक्तीचा मार्गही नक्की मिळेल.

पलायनवादापासून मुक्त होण्यासाठी प्रथम पलायनाचे बिंदू ओळखा. आपल्या मुक्तीची जबाबदारी स्वीकारा, नेहमी आनंदी राहण्याचा संकल्प करा. स्टॅबिलायझेशनसाठी सहनशक्ती वाढवणं अत्यावश्यक आहे. स्टॅबिलायझेशनच्या अर्थच असा होतो, की पृथ्वीवर जे लक्ष्य साध्य करण्यासाठी तुम्ही आलात, ते

मिळवणं, त्यात स्थिर होणं आणि त्यासाठी शरीराला तयार करणं. या शक्तीला सांभाळण्याची ताकद आपल्याकडे असावी म्हणून आपल्याला ही समज दिली जाते. बल्ब हाय व्होल्टेजचा असला, तरच तो जास्त पॉवरचा करंट धरून ठेवू शकेल. आपल्याला धैर्य, सहनशक्ती आणि स्वयंशिस्तीची ताकद आपल्यात वृद्धिंगत करायची आहे; ज्यायोगे आपण अंतिम अनुभव घेऊ शकला, त्याला सहन करू.

आतापर्यंत सांगितलेल्या आत्मबळाच्या शक्तींचा अभ्यास करून, त्या स्वतःमध्ये प्रकट करून आपण 'स्व'मध्ये स्थापित झालात तर तोच आत्मवीराचा जन्म होय! हीच आपल्या पृथ्वीवर येण्याच्या मूळ लक्ष्याची पूर्तता आहे.

●

सारांश

- *आपलं डोकं दुखत असेल, तर लगेच गोळी घेऊ नका. डोकेदुखी जर खूपच असह्य झाली, तर गोळी घेणं हा शेवटचा पर्याय ठेवा. तोपर्यंत त्या वेदना साक्षीभावनेनं पाहा.*
- *योग्य वेळी योग्य गोष्ट करण्याची मजा काही औरच असते ही गोष्ट आधी पालकांनी समजून घेऊन मग आपल्या मुलांनाही शिकवायला हवी.*
- *प्रत्येकानं स्वतःला विचारलं पाहिजे, 'माझ्या आयुष्यात कोणतं व्यसन आहे?' कारण प्रत्येकाचं व्यसन वेगळ्या प्रकारचं असतं.*

खंड २

अंतर्मनाच्या शक्तींचे सार
सात शक्ती

१

निवडीची शक्ती

आपली निवड ही सत्य की दिखाऊ सत्य (डोळ्यांना जे दिसतं पण प्रत्यक्षात नसतं) यांपैकी कशावर आधारित हवी?

चुकीच्या निवडींमुळे मनुष्याची हार होते. योग्य निवड करण्याची समज नसल्याने, आपल्या अपयशाची कारणं वर्षानुवर्षं त्याला समजतच नाहीत. म्हणून जीवनाच्या महारणांगणात विजयी होण्याकरिता आपल्याला 'निवडशक्ती (पॉवर ऑफ चॉइस)' समजून घ्यायची आहे.

आपल्या वर्तमानातील निवडींमधूनच भविष्याला आकार मिळतो. त्यासाठी या शक्तीची समज असणं आवश्यक आहे. उदाहरणार्थ, तुमच्या हातात या क्षणी हे पुस्तक असणं आणि तुम्ही त्याचं वाचन करणं ही देखील उच्चतम निवड आहे. अन्यथा, अन्य कामांत तुम्ही हा अवधी दवडला असता, परंतु तुम्ही हे पुस्तक वाचताय. अशा प्रकारे योग्य निवड ही भविष्याला सार्थक आकार देते. योग्य निवड करण्यासाठी, तुम्हाला तुमचं भविष्य कसं हवंय, त्याला कसा आकार द्यायचाय यासंबंधी तुमचे विचार स्पष्ट असायला हवेत. हे ठाऊक नसल्यानं, अज्ञानवश आपण स्वतःच्या जीवनाला चुकीच्या दिशेने नेतो आणि त्यानंतर,

‘आमच्या भविष्यात हे काय वाढून ठेवलंय? आम्हाला तर अशा फळाची अपेक्षा नव्हती’ असं म्हणत दुःखी होतो. यामागे, ‘आपल्याला आपल्याच भविष्याचं चित्र स्पष्ट नसणं’ हे एकमेव कारण असून त्यामुळेच आपली निवडही चुकते.

योग्य निवड हीच आपल्या भविष्याचा आकार निश्चित करते, तर चुकीची निवड भवितव्य बिघडवते. जशी तुमची निवड असते, त्यानुसारच नाव त्या किनाऱ्याला लागते.

आता आपल्याला प्रश्न पडला असेल, निम्न, उच्च आणि उच्चतम निवड कोणती हे कसं ओळखायचं? खालील ओळींवर मनन करून ही बाब समजून घेता येईल.

१) इतरांचा बदला घेणं निम्न निवड आहे.
ईश्वराची क्षमा मागणं उच्च निवड आहे आणि
सर्वांची क्षमा मागून, सगळ्यांना क्षमा करून ईश्वराला निर्मळ मन अर्पण करणं उच्चतम निवड आहे.

२) एखाद्याला कडवट बोलणं निम्न निवड आहे.
मधुर शब्दांचं उच्चारण उच्च निवड आहे आणि
मौनातून व्यक्त होणारी मधुर वाणी उच्चतम निवडीचा परिणाम आहे.

३) रडतखडत जगणं निम्न निवड आहे.
हसत-हसत जगणं उच्च निवड आहे आणि
हसत-हसत उत्तम जीवन जगणं उच्चतम निवड आहे.

वरील पंक्तींच्या आधारे तीन प्रकारची निवड कशी असते हे समजलं असेल. आता आणखी एका उदाहरणाच्या साहाय्याने निवड करण्यासंबंधीची सखोलता जाणून घेऊ या.

समजा, एखादा विद्यार्थी अभ्यासाच्या वेळी पाणीपुरी खात असेल, तर ही निवड कशी आहे - उच्चतम, उच्च की निम्न? याचं उत्तर तुम्ही ताबडतोब द्याल, की ही निवड निम्न आहे. अभ्यास सोडून पाणीपुरी खाणारा किंवा गप्पा झोडणारा विद्यार्थी परीक्षेचा निकाल लागल्यावर रडणारच. परंतु नंतर रडून काही फायदा होणार नाही. त्यामुळे कोणत्याही क्षेत्रात निवड करण्यापूर्वी स्वतःला विचारायला हवं, ‘प्रत्यक्षात मी कोणती निवड करायला हवी आणि कोणती करतोय? ही निवड निम्न, उच्च की उच्चतम आहे?’ असा प्रश्न विचारला, तर आपण

स्वतःच्या निवडीविषयी ताबडतोब सजग व्हाल.

पण हा प्रश्न मनाला रुचणारा नसल्याने ते तुमचं ऐकणार नाही. तरीदेखील मनाचा नकार लगेचच स्वीकारू नका. थोडा वेळ थांबा आणि पुन्हा विचारा. कारण विचारल्यामुळेच तयारी होते. विचारलंच नाही किंवा एकदा विचारून थांबलं तर मन फसवतं, चकवतं. मग मनुष्य निम्न निवड करून स्वतःसाठी दुःखद भविष्य निर्माण करतो.

वर्तमानात ज्या गोष्टी आपल्या आयुष्यात प्रत्यक्ष साकारल्या आहेत, त्याचा आपल्याला आनंद का होतो? याचं कारण म्हणजे, आपल्याला वर्तमान असाच हवाय हे अगोदरच माहिती होतं. त्याचप्रमाणे आपल्या भविष्यालाही जर मनाजोगता आकार द्यायचा असेल, तर त्याची तयारी आजपासूनच, वर्तमानातच उच्चतम निवडीच्या आधारे करायला हवी.

उच्चतम निवडीसह आपण आपल्या उच्चतम शक्यतांपर्यंत पोहोचू शकतो. तरी देखील वर्तमानात केलेली एक निवड ही देखील यासाठी शिडी बनू शकते, हेही लक्षात घ्यायला हवं. निवड करण्याआधी स्वतःला, 'मी आता जी निवड करतोय, ती लक्ष्यप्राप्तीसाठी साहाय्यभूत ठरणारी आहे का?' असं विचारा. आपली आजची निवडच आपलं भविष्य घडवेल. यासाठी ज्योतिषाची किंवा हस्तसामुद्रिकाची आवश्यकताच नाही.

एखाद्या माणसाला इंटरव्ह्यूमध्ये अपयश येतं. अशा वेळी त्याने कोणती निवड करायला हवी? त्याच्यासमोर कित्येक पर्याय असूनही तो दुःखी होण्याचीच निवड करतो. वास्तविक, ही निवड उच्चतम नसून निम्न आहे. खरंतर तो उच्चतम निवड करू शकला असता. या अपयशातून धडा घेऊन, कठोर परिश्रम करायचे, अशी उच्च निवड त्याला करता आली असती. परंतु तो फक्त स्वतःच्या नशिबालाच दोष देत राहतो. असफलता मिळूनही प्रसन्न राहण्याची उच्चतम निवड तो करू शकतो. याशिवाय 'हे अपयश माझ्या कोणत्या प्रार्थनेचं उत्तर आहे?' यावरही तो मनन करू शकतो. कारण आयुष्यातील परिणाम म्हणजे आपल्या प्रार्थनेचीच उत्तरं असतात. परंतु ऐन वेळी आपल्याला ती ओळखता येत नाहीत. त्यामुळे प्रत्येक क्षणी सजग राहून आपल्या निवडीवर लक्ष देण्याची आवश्यकता आहे.

आता तुम्ही उच्चतम निवड करू शकत नसला, तरी कमीतकमी उच्च निवड तरी करायला हवी. परंतु निम्न निवडीकडे जाऊ नका. जसं, अपयशानंतरही एखादा मनुष्य गुरूंच्या आज्ञेत राहण्याची निवड करतो. तो विचार करतो, 'गुरूंच्या आज्ञेतच मी खूश राहीन. शिवाय या अपयशाची आवश्यकता का होती, याचा

उलगडाही मला योग्य वेळी होईलच.' अशाच प्रकारे आपल्याला देखील प्रत्येक घटनेत निर्णयशक्तीचा उपयोग करायचा आहे. यासाठी कोणत्याही घटनेवर प्रतिक्रिया देण्याअगोदर किंवा कोणत्याही निवडीपूर्वी आपल्या अंतर्मनात उच्चतम निवडीचा विचार यायला हवा, हा मूळ उद्देश आहे. आपल्या मनाविरुद्ध काही गोष्टी घडल्या, अडचणी आल्या तर लगेच स्वतःला प्रश्न विचारा, की 'अशी परिस्थिती आहे तरी देखील मी उच्चतम निवड करू शकतो का?'

'तरीदेखील' हा एक शक्तिशाली, प्रभावी शब्द आहे. दोन प्रतिकूल परिस्थितींदरम्यान असणारा हा एक भक्कम जोड आहे. प्रतिकूल परिस्थितीत उच्चतम निवड करण्यासाठी आपण जेव्हा 'तरीदेखील' शब्दाचा वापर करतो, तेव्हा परिस्थिती अनुकूल होण्याची शक्यता निर्माण होते. जसं, आपल्याला जनसमुदायाची भीती वाटते; तर स्वतःला विचारा, 'मला लोकांसमोर जाण्याची भीती वाटते खरी! तरीदेखील मी मंचावर जाऊ शकतो का?' जर परीक्षेची भीती वाटत असेल तर स्वतःला विचारा, 'मला परीक्षेची भीती वाटते. पण तरीदेखील मी माझं शंभर टक्के योगदान देऊ शकतो का?' उत्तर 'हो' असंच येईल. याला म्हणतात, 'उच्चतम निवड.' कारण जेव्हा या निवडीचा परिणाम दिसतो, तेव्हा मनुष्य स्वतःलाच शाबासकी देतो; 'मी योग्य वेळी योग्य तोच निर्णय घेतला हे किती चांगलं झालं!' आपला प्रत्येक निर्णय आपल्याला हळूहळू उच्चतम शक्यतेकडे घेऊन जातोय... आपल्यातील महावीराला आकार देतोय. यामुळे आपण उच्चतम लक्ष्य समोर ठेवून नेहमीच उच्चतम निवड करायला शिका.

उच्चतम निवड करता न येण्यामागे एक शिंग (धोका) आहे. हे शिंग म्हणजे टेम्पटेसिंग. टेम्पटेसिंग म्हणजे टेम्पटेशन! याला मोहकसिंग देखील म्हणता येईल.

मोह हा मनाचा अवगुण आहे. जसं, मला खूप खायला मिळावं... मला जास्तीत जास्त धनसंचय करता यावा... मला आत्ता आराम करायचा आहे अभ्यासाचं नंतर बघता येईल... अशा प्रकारे मनामध्ये दडलेला हा मोहकसिंग (शिंग) आपल्यासमोर वेगवेगळ्या रूपांत येऊन आपल्याला भुलवण्याचा प्रयत्न करतो. अत्यंत आकर्षक गोष्टी आपल्यासमोर येतात, आपल्याला मोहिनी घालतात. परंतु इथेच आपल्याला सावधानता बाळगायची आहे. या मोहाच्या जाळ्यात अडकायचं नाहीये. सीतेप्रमाणे सोन्याच्या हरिणीकडे आकर्षित व्हायचं नाहीये. तसं झालं तर, दरवाजात रावण (धोका) योग्य संधीची वाट पाहत उभा आहेच! आपण मोहक गोष्टींमध्ये अडकला, तर हे विकार आपल्याला डोईजड ठरतील.

म्हणून मोहात पाडणारी अशी प्रलोभनं जेव्हा जेव्हा समोर येतील, तेव्हा तेव्हा स्वतःला आठवण करून द्या, 'ज्याप्रमाणे सांबर स्वतःच्या शिंगांमुळे झाडीमध्ये अडकतो, त्याचप्रमाणे मीदेखील या मोहरूपी शिंगात फसू शकतो.'

प्रलोभनं आपल्यावर स्वार होताच आपण उच्चतम सोडून निम्न निवड करतो. त्यामुळे अशी प्रलोभनं जेव्हा आपल्यासमोर येतील, तेव्हा उच्चतम निवड करता आली नाही, तर किमान उच्च निवड तरी करायलाच हवी. मनुष्याची प्रबळ इच्छा असेल, तर तो उच्च निवड नक्कीच करू शकतो. परंतु तसं न करता कित्येकदा तो बहाणेच बनवतो. 'कामं वेळेत पूर्ण करायची' ही उच्च निवड माणसाची दमछाक करते, तो घामाघूम होतो. परंतु बहाणे सांगण्याची वेळ आली, तर त्याच्याकडे कमीतकमी दहा बहाणे तरी तयार असतात. मनुष्य उच्च निवडींच्या जागी बहाण्यांची निवड करतो.

महावीर बनण्याच्या यात्रेमध्ये अनेक मोहक गोष्टी (शिंगं) येतात. त्यांच्या आकर्षणात गुरफटून मनुष्याचा प्रवास थांबू शकतो. शिवाय आपल्याला अंतिम लक्ष्य गाठायचंय, हेदेखील तो विसरतो.

●

सारांश

- *इतरांचा बदला घेणं निम्न निवड आहे. ईश्वराची क्षमा मागणं उच्च निवड आहे आणि सर्वांची क्षमा मागून, सगळ्यांना क्षमा करून ईश्वराला निर्मळ मन अर्पण करणं उच्चतम निवड आहे.*
- *प्रलोभनं आपल्यावर स्वार होताच आपण उच्चतम सोडून निम्न निवड करतो.*

विनाअट प्रेमाची शक्ती

ईश्वराचा सर्वाधिक प्रिय गुण कोणता?' असं आपल्याला कोणी विचारलं तर आपलं उत्तर काय असेल? उत्तरं तर खूप येतील, कारण ईश्वर म्हणजे गुणांचं भांडार! असं असलं तरीही ईश्वराचा सगळ्यात प्रिय गुण म्हणजे, 'विनाअट प्रेम.' महावीरामध्ये दडलेली दुसरी शक्ती हीच आहे - 'पॉवर ऑफ प्युअर अँड अनकंडिशनल लव्ह'. ही शक्ती म्हणजे जणू महावीराची ओळख आहे.

बिनशर्त प्रेमामध्ये, 'मला प्रेम मिळालं तरच मी प्रेम देणार, अन्यथा नाही' अशी अट नसते. या शक्तीसमवेत आपल्याला इतरांना विनाअट प्रेम द्यायला सुरुवात करायची आहे. यासाठी सर्वात आधी आपण स्वतःवर प्रेम करायला शिकलं पाहिजे. स्वतःवर विनाअट प्रेम करण्याची जबाबदारी घ्यायला हवी, जी आत्मबळ वाढवण्यासाठी मदत करेल.

आपण स्वतःवर विनाअट प्रेम करू लागतो, तेव्हा इतरांना आपोआपच तसं प्रेम देतो. परंतु लोकांना स्वतःवरच प्रेम करता येत नाही. 'प्रेमाच्या शक्ती'विषयी वाचल्यानंतर त्यांना पहिल्यांदा जाणवतं, की स्वतःवरदेखील असं प्रेम करता येतं.

आयुष्यातील सर्वात विपरीत, वाईट परिस्थितीतही स्वतःला भरभरून प्रेम देऊन वाऱ्याची दिशा बदलवण्याची क्षमता महावीरामध्ये आहे.

स्वतःवर प्रेम करू न शकणारी असंख्य माणसं आज जगात आहेत. याची अनेक कारणं असू शकतात, परंतु मुख्य कारण म्हणजे स्वतःमधील शारीरिक अभाव किंवा न्यूनता. आपल्यात कोणतंही शारीरिक व्यंग असेल, तर मनुष्य त्याचा स्वीकार करू शकत नाही आणि तो स्वतःलाच दोष देत राहतो. अज्ञानात स्वतःला शरीर मानून दुःखी आयुष्य जगतो. परंतु जेव्हा मनुष्य 'मी शरीर नाही' हे ज्ञान-अनुभवानं जाणतो, तेव्हा तो स्वतःचं शरीर आहे तसं स्वीकारतो. मग हे शरीर काळं असो किंवा गोरं, उंच किंवा ठेंगणं, जाड किंवा सडपातळ... त्याचा हसतमुखानं स्वीकार करून तो स्वतःवर प्रेम करू लागतो.

अज्ञानामुळे मनुष्य जर-तरच्या चक्रात अडकतो. तो विचार करतो, 'माझ्या शरीराचा रंग गोरा असता तर...! माझं शरीर उंच असतं तर...! असं झालं असतं तर...! तसं घडलं असतं तर...!' अशा प्रकारे आपल्या शरीराबद्दल असंतुष्ट राहून लोक आंतरिक शांती गमावतात. त्यामुळे 'स्वतःवर प्रेम करायला शिका' असं म्हटलं जातं. आपल्याला ज्या प्रकारचं शरीर मिळालं आहे, ते स्वानुभवप्राप्तीसाठी निमित्तमात्र आहे. म्हणून प्रत्येक क्षणी त्याला निमित्त बनवायला हवं.

प्रेमामध्ये बाधा : कंजूसिंग

प्रेमाच्या शक्तीसमवेत शिंगामध्ये शिंगं (धोका) आहे, कंजूसिंग! कंजूसिंग म्हणजे कंजुसीचा पॅटर्न, सवय. प्रेम वाटण्यात लोक कंजुसी करतात. समोरच्या माणसाकडे पाहून स्मितहास्य करण्यातही लोक हात आखडता घेतात... समोरच्याने एखादी छान बातमी सांगितली, तर आनंद व्यक्त करण्यात कंजुसी करतात... आपल्यातील विकारांना (तिरस्कार, द्वेष, ईर्षा, मोह) दूर करण्याची कंजुसी करतात... खरंतर चिक्कूपणा करण्याची आवश्यकताच नसते. आपणही हा अडथळा दूर करून लोकांना मोकळेपणानं स्माईल द्या, इतरांच्या आनंदात सहभागी व्हा. स्वतःला सर्व विकारांतून मुक्त करून प्रेममय बनवाल, तेव्हाच कंजूसिंगाचा मृत्यू आणि बिनशर्त प्रेमाचा विजय होईल.

सशर्त प्रेमात एजंटची आवश्यकता असते, तर बिनशर्त प्रेम हे कोणत्याही एजंटद्वारे केलं जातं. आपण स्वतःच स्वतःवर प्रेम करू शकता. बहुतांश लोकांना प्रत्येक कामासाठी एजंटची गरज पडते. जसं, माणसाला वाटतं, 'माझ्याकडे कोणीतरी लक्ष दिल्यावरच मला प्रेम मिळेल.' म्हणजे आपल्याकडे ध्यान देणारा

एजंट असावा असं वाटतं. परंतु प्रेमासाठी इतर कोणी लक्ष देण्याची आवश्यकता नसते. आपल्याला प्रेम हवंय तर स्वतःवरच ध्यान द्या. आपल्या अंतरंगातच प्रेमाचा सोर्स, उगम आहे. त्यामुळे एजंटशिवाय स्वतःवर प्रेम करायला शिका. या 'लाभेवीण प्रीतीची' शक्ती प्रकटण्यासाठी-फुलण्यासाठी काय करता येईल, हे जाणून घेऊ या.

१. वऱ्हाडी बना

स्वतःवर प्रेम करण्यासाठी आपल्याला वऱ्हाडी बनायला हवं. वऱ्हाडी मंडळी म्हणजे, इतरांच्या आनंदात सामील होऊन खुशीनं नाचणारे लोक. त्यांच्यात माझं-तुझं असा भेदभाव नसतो. ते फक्त नृत्यातून आपला आनंद व्यक्त करतात. ही अव्यक्तिगत खुशी विनाअट प्रेम उमलण्यासाठी मदत करते.

२. मौनामध्ये बसा

स्वतःवर प्रेम करण्याची आणखी एक पद्धत आहे. ती म्हणजे, मौनात बसणे. प्रत्यक्षात मौनामध्ये आपण स्वतःला ध्यान देत असतो. स्वतःला ध्यान देणं म्हणजे प्रेम करणं आणि ज्याला ध्यान दिलं जातं, ते खुलतं, उमलतं.

कोणीतरी येईल, आपल्यावर प्रेम करेल अशी वाट बघत बसू नका आणि कोणी प्रेम देणारा आला तरच आपण खूश व्हाल, अशीही अट ठेवू नका. वाट न पाहता, स्वतःवर प्रेम करायला सुरुवात करा, मग पाहा प्रेमभावनेचा चमत्कार!

३. क्षमासाधना

मनामध्ये दबलेली घृणा, तिरस्काराची भावना ही विनाअट प्रेमाची शक्ती जागृत करण्यात सगळ्यांत मोठं विघ्न आहे. आपल्या सभोवताली मनाविरुद्ध घडणाऱ्या घटना स्वीकारण्याची आणि त्यांना क्षमा करण्याची समज लोकांमध्ये नसते. इच्छा असूनही ते तिरस्कारापासून मुक्त होऊ शकत नाहीत. पण महावीराच्या अंगी लोकांना क्षमा करण्याची कला असते. क्षमासाधना हाच सर्वोच्च प्रेमाच्या जागृतीचा स्रोत आहे.

स्वतःला क्षमा करणं

भूतकाळातील ज्या घटनांमध्ये आपल्याला स्वतःच्याच चुकांमुळे दुःख भोगावं लागलं, अशा घटना आठवा. जसं, आपण आपल्या बहीण-भावंडांशी, मित्रांशी ईर्षेपोटी केलेली भांडणं... आपल्या चहाडीमुळे कोणालातरी पडलेला मार... कदाचित लहानपणी केलेली चोरी आणि तिच्यामुळे आलेली अपराधीपणाची भावना... सिगारेट, दारूसारखी केलेली व्यसनं... स्वतःचं रंगरूप, अंगकाठी पसंत नसल्यानं ग्रासणारा हीनभाव... या सगळ्या घटना आठवा आणि स्वतःला सांगा, 'मी भूतकाळामध्ये जी कर्मं केली, ती त्या वेळेच्या समजेनुसार होती. मी स्वतःवर प्रेम करतो/करते. मी स्वतःला माफ करतो/करते. माझं शरीर जसं आहे तसं मी त्याला स्वीकारतो/स्वीकारते.'

या प्रयोगाद्वारे आपण अपराधबोधाच्या भावनेतून मुक्त व्हाल. स्वतःला क्षमा करून इतरांनाही क्षमा करू शकाल. 'क्षमा करणं' हे असं जादूचं औषध आहे, जे प्राशन करताच आपल्या अंतरंगात विनाअट प्रेमाचा उदय आपोआपच होतो.

इतरांना क्षमा करणं

आपले आई-वडील, भाऊ-बहीण, नातेवाईक, मित्रमंडळी, शिक्षक, शेजारी यांना नजरेसमोर आणा. त्यांनी एखाद्या कारणामुळं रागावल्याचं, आपल्याबद्दल चहाडी केल्याचं, तक्रार केल्याचं, शिवी दिल्याचं, चिडवल्याचं आठवा. त्यांच्या या वागण्याने आजपर्यंत आपण त्यांचा तिरस्कार करत आलात. तेव्हा आता स्वतःला सांगा, 'जे घडलं, ते त्या वेळच्या त्यांच्या समजेनुसार घडलं. आता असं होणार नाही. आजच्या समजेनुसार मी त्यांना क्षमा करतो/करते. मी त्यांच्यावर प्रेम करतो/करते.'

आता डोळे बंद करून आपण आनंदात असल्याचं पाहा. आपल्या आत असणाऱ्या सगळ्या गाठी (कर्मबंधनं) एक-एक करत मोकळ्या होत आहेत, सुटत आहेत. आपण स्वतःबरोबर इतरांनाही क्षमा करत आहात. जुन्या घटनांच्या ओझ्यातून आपण मुक्त झाला आहात.

रोज ही प्रार्थना अवश्य करा-

'हे ईश्वरा, मला, स्वतःला माफ करण्यासाठी मदत कर,
मला, स्वतःचा स्वीकार करण्यासाठी मदत कर,
मला, स्वतःवर प्रेम करण्यासाठी मदत कर.'

४. शांतीची अवस्था आणा

शांती एक अशी अवस्था आहे जी प्रेम जाणू शकते. आपण शांत नसाल तर प्रेम करू शकणार नाही. अस्थिर चित्तामध्ये कोणती ना कोणती इच्छा दडलेली असते. त्या इच्छेच्या प्रभावाखाली येऊन आपण समोरच्या माणसाकडून काहीतरी कपटाने हिसकावण्याचा प्रयत्न कराल. परंतु प्रेम ही मिळवण्याची नव्हे तर देण्याची गोष्ट आहे.

ज्याच्यावर प्रेम असतं त्याला घरी येण्याचं आमंत्रण दिलं जातं. तो येण्यापूर्वी घराची साफसफाई, सजावट होते. अगदी अशाच प्रकारे आपल्याला जर प्रेमाला आमंत्रण द्यायचं असेल, तर मनरूपी घर सजवायला हवं, शांतीच्या पताकांनी! शांतिपूर्ण अवस्था प्रेमासाठी स्थान निर्माण करते. आपण प्रेमाला ठरवून आणू शकत नाही, तर त्याला शांतिपूर्वक आमंत्रणच द्यावं लागतं. शांतीची अवस्था स्वतःमध्ये आणून, प्रेमाला आमंत्रित करा. ज्यामुळे कोणत्याही क्षणी साडेचार अक्षरांचं तेजप्रेम आपल्या अंतर्यामी प्रकाशमान होईल आणि आपण अस्सल, खऱ्या प्रेमाबरोबर आयुष्य व्यतीत कराल.

●

सारांश

- *स्वतःवर प्रेम करू न शकणारी असंख्य माणसं आज जगात आहेत. याची अनेक कारणं असू शकतात, परंतु मुख्य कारण म्हणजे स्वतःमधील शारीरिक अभाव किंवा न्यूनता.*
- *रोज ही प्रार्थना अवश्य करा- 'हे ईश्वरा, मला, स्वतःला माफ करण्यासाठी मदत कर. मला, स्वतःचा स्वीकार करण्यासाठी मदत कर. मला, स्वतःवर प्रेम करण्यासाठी मदत कर.'*

३

सहमतीची शक्ती

सहमतीची, स्वीकृतीची शक्ती एक दिव्यशक्ती आहे. ही दिव्यशक्ती आपलं आत्ममनोबल वाढवून, जीवनाला सार्थक आयाम देते. जीवनाला शक्तींनी समृद्ध करण्याच्या या क्रमवारीत आपल्याला 'पॉवर ऑफ ॲग्रीमेंट' अर्थात सहमतीची शक्ती वाढवायची आहे.

ज्या गोष्टींना सहमती दिली जाते त्या करणं किती सहज, सोपं होतं हे आपल्याला माहिती असेलच. आपल्या आयुष्यात ज्या गोष्टी घडत आहेत, आपल्याला जे मिळालंय, त्यासाठी सहमती देऊन आपण ईश्वराला अनुमती, परवानगी देता. आपण सहमत असता तेव्हा दुःखी नसता, विरोध नसतो. असहमत असता तेव्हाच दुःख येतं. असहमती, अस्वीकृती हाच दुःखाचा आरंभबिंदू आहे.

आयुष्यात एखादी घटना घडली आणि मनात विचार आला, 'माझ्या बाबतीतच हे असं का घडलं... मला यासंबंधी अगोदरच काही संकेत मिळाला असता तर... मी तर सगळ्यांचंच भलं चिंतितो, मग माझ्याच बाबतीत ही दुर्घटना

का घडली... हा अन्याय आहे...' याचा अर्थ त्या घटनेबद्दल आपण अस्वीकृती दाखवली. घटनांची अस्वीकृती म्हणजे ईश्वराशी असहमती! असहमत होऊन आपण दुःखाला आपल्या जीवनात आमंत्रित करत आहात. मात्र आपण सहमती दाखवताच दुःखाला किनारा मिळणं बंद होऊन ते विलीन होतं.

आयुष्यातील प्रत्येक घटनेवर संमतीची मोहर उमटवली, तर आपण अपूर्व अवस्थेत पोहोचाल. कसं, ते समजून घेऊ या.

आध्यात्मिक विकासात मनुष्य तीन अवस्थांमधून जातो.

पहिली : शिव अवस्था म्हणजे पूर्व अवस्था.

दुसरी : अस्वस्थ अवस्था म्हणजे बंद अवस्था.

तिसरी : अपूर्व अवस्था.

मनुष्य नेहमी मधल्या अवस्थेत अडकून पडतो.

ईश्वराच्या उपस्थितीत मनुष्याच्या जीवनात एक घटना घडते. म्हणजे असं समजा, की त्याला दोन्ही बाजूंनी उघडा असणारा एक लिफाफा, पाकिट मिळतं. मनुष्य ते पाकीट बंद करतो आणि त्यावर आपली मोहर उमटवतो. मोहर उमटवून तो मोहरसिंग बनतो.

मोहरसिंग, हे शिंगं अनुमती देण्यामध्ये अडथळा आणतं. घटनांच्या मुक्त प्रवाहात (फ्री फ्लोमध्ये) ते बाधा बनतं. लिफाफ्यातून काही गोष्टी जात असतात, त्यामुळे पाकिट बंद न करता पुढच्या गोष्टींना आयुष्यात येण्याची संधी द्यावी. परंतु मनुष्याला लिफाफा बंद करण्याची घाई असते. प्रत्यक्षात, लिफाफ्यातून जी गोष्ट येऊ इच्छिते, तिला येण्याची परवानगी द्यायला हवी. लिफाफा सीलबंद केला किंवा त्याच्यावर मोहर उमटवली, तर नवीन गोष्ट (कृपा) येणं बंद होईल. ईश्वराला त्या लिफाफ्यात मनुष्यासाठी एक पत्र द्यायचं असतं. परंतु लिफाफा बंद असल्यामुळे तो हे कार्य करू शकत नाही. मग तो थांबतो. मोहर लावल्याने म्हणजे अस्वीकृती दर्शवल्याने ईश्वराला आपल्याला जे द्यायचंय ते देता येत नाही. आपल्याला या गोष्टी जेव्हा स्पष्ट होतील, तेव्हा ताबडतोब ईश्वराची माफी मागाल, तसंच लिफाफा देखील उघडून ठेवाल.

अस्वीकृतीची ही मोहर कशी उमटवली जाते, हे आता पाहू या.

ईश्वराच्या उपस्थितीत एखादी घटना घडली आणि आपण म्हणालात, 'हे खूप वाईट झालं.' भलेही हे प्रत्यक्ष बोलला नसाल. परंतु त्या घटनेमुळे आपल्या मनात ज्या नकारात्मक भावना आल्या, त्यांनी त्या घटनेवर 'वाईट घडलं' अशी

मोहर लावली. खरं तर या परिस्थितीत हा विचार तेजस्थानावर (स्त्रोतावर) नेऊन स्वतःला विचारायला हवं, 'या घटनेत वाईट घडलं किंवा चांगलं, हे मी कोणत्या दृष्टिकोनातून सांगितलं?'

आकाशात ढग दाटून आले आणि थेंब-थेंब पाऊस पडायला लागला. तितक्यात आपल्या मनात विचार आला, 'आज पाऊस यायला नको होता. उद्या आला असता तर किती छान झालं असतं!' अशा प्रकारे आपण 'हे चांगलं झालं नाही' अशी मोहर त्या घटनेवर उमटवली. आपल्या आयुष्यात जेव्हा स्वीकृतीच्या शक्तींचं कार्य सुरू होईल, तेव्हा आपण समजेसह सांगू शकाल, 'आज पाऊस पडतोय ही तर असीम कृपा आहे. कारण याची आजच आवश्यकता आहे. जर आज याची गरज नसती, तर हा बरसलाच नसता.'

ईश्वराच्या उपस्थितीत होणाऱ्या घटनांवर जेव्हा मनुष्य असहमती दर्शवतो, तेव्हा ताबडतोब त्याच्या मनात दुःखद भावना निर्माण होते. ही भावना आपल्या अस्वीकृतीचा संकेत आहे. मात्र दुःखाचा संकेत मिळताच स्वतःला त्या क्षणीच सांगायला हवं, 'जे चाललंय, ते सर्वोत्तम आहे. असंच घडायला हवं होतं.' असा विचार करताच, ईश्वराने आपल्याला दिलेला लिफाफा ताबडतोब उघडतो. म्हणजेच ईश्वराची कृपा आपल्यापर्यंत पोहोचायला लागते. मनुष्याच्या हृदयात जोपर्यंत सकारात्मक भाव निर्माण होत नाहीत, तोपर्यंत त्याला उत्तर मिळत नाही. मनुष्याला प्रत्येक गोष्टीचं कारण जाणून घ्यायचं असतं. पण नकारात्मक भावनेनं हृदय बंद करून हे मुळीच जाणता येत नाही. यासाठी मुक्त होण्याची आवश्यकता आहे. असं जेव्हा घडत नाही, तेव्हा विरोधाची आणि दुःखाची भावना निर्माण होते.

आयुष्यातील दुःखद किंवा सुखद अशा प्रत्येक घटनेत ईश्वर आपल्याबरोबर असतोच. त्यामुळे अस्वीकृतीचा प्रश्नच निर्माण होत नाही. परंतु अज्ञानामुळे मनुष्य ईश्वराशी सहमत नसतो.

निसर्गाचं श्रवण करा

'माझ्याकडून सत्य श्रवण घडत नाही' अशी तक्रार मनात येताच ताबडतोब ईश्वराची माफी मागा. खरंतर, निसर्ग तुम्हाला अखंडपणे श्रवण ऐकवतोच आहे. परंतु आपण स्वतःच्याच तक्रारींमध्ये अडकल्यामुळे ते समजू शकत नाही.

या पुस्तकाच्या माध्यमातून आपल्याला शब्दांच्या रूपात समज प्राप्त होत आहे. परंतु अन्यत्र निसर्गाचे संकेत ग्रहण करून स्वतः मनन करण्याची

आवश्यकता असते. आपल्या आजूबाजूची जी माणसं आपल्याला मार्गदर्शन देत आहेत, त्यांच्याकडे आपण 'श्रवण' म्हणू पाहू शकता. आजूबाजूच्या लोकांतील 'गुरुतत्त्व' आपल्याला संकेत देत आहे, की आपल्याला जीवनातील कोणत्या स्तरांवर प्रगती करण्याची आवश्यकता आहे? आपण कोणत्या गोष्टीपासून पलायन करत आहात? कोणत्या परिस्थितींमध्ये आपल्या मनात तक्रारी निर्माण होतात?... इत्यादी. आपल्या सभोवताली घडणाऱ्या घटनांतून योग्य संकेत प्राप्त करणं, ही देखील एक कला आहे.

तक्रारमुक्त व्हा!

आपल्या आयुष्याबद्दल आपल्याला कुठे-कुठे तक्रारी आहेत हे पाहा. स्वीकृतीच्या शक्तीद्वारा सर्व जुन्या तक्रारी विलीन करत जा. तक्राररहित झाल्यानंतर आपल्या प्रत्येक तक्रारीचं उत्तर मिळू लागेल. प्रत्येक उत्तर योग्य वेळी मिळतंच. प्रत्येक तक्रारीवर जेव्हा स्वीकृत शक्तीचा उपयोग कराल, तेव्हा त्याचे परिणाम पाहिल्यानंतर आपल्याला आश्चर्य वाटेल. आयुष्यातील मोठ्यातल्या मोठ्या दुःखालाही जेव्हा आपण स्वीकृती दर्शवता, तेव्हा दुःखं विलीन होतात. सहमतीची शक्ती आपल्या आयुष्यात दुःखांची साफसफाई करते आणि हे ईश्वराच्या उपस्थितीत घडतं. त्यामुळे दुःखाला 'गेट आऊट' म्हणण्याची आवश्यकताच राहणार नाही, ते आपोआपच विलीन होईल. यामुळे आपली आंतरिक शांतता देखील कायम राहील आणि आपण सकारात्मकही राहाल. हे सर्व केल्यानंतर आपल्याला स्वीकृतीच्या शक्तीचं महत्त्व समजेल.

ईशमत आणि गुरुमताशी सहमत व्हा

जगामध्ये लोक ज्या गोष्टींबाबत सहमती दाखवतात, त्यावर संपूर्ण जग स्वीकृतीनं काम करतं. 'चांदीची किंमत सोन्यापेक्षा जास्त आहे' या गोष्टीला जर जगातील सर्व लोकांनी मान्यता दिली, तर लोक चांदीला जास्त महत्त्व द्यायला लागतील. एके काळी संपूर्ण जगामध्ये अर्थिक देवाणघेवाण कवड्यांच्या माध्यमातून होत असे. मग लोकांनी सहमती दिली, की आता ती कागदाच्या माध्यमातून होईल. आज संपूर्ण जग कागदी नोटांमागे धावतंय. तसं पाहिलं तर, छापलेल्या कागदाला काहीच किंमत नसते. परंतु त्यावर जेव्हा सरकार आपल्या स्वीकृतीची मोहर उमटवते, तेव्हा त्याची करन्सी नोट बनते. ही आहे संमतीची शक्ती! या शक्तीद्वारे आपल्या जीवनाच्या कोऱ्या कागदालाही करन्सी नोट

बनवा.

आतापर्यंत आपण जनमताच्या आणि नशिबाच्या मागे धावलात. आता आपल्याला आपला स्तर उंचावून ईशमत आणि गुरुमत यांच्याशी सहमत व्हायचंय. त्यासाठी, ईश्वराच्या उपस्थितीत घटना घडतात, या गोष्टीवर सहमती दर्शवणं आवश्यक आहे. तेव्हाच आपण पुढचं पाऊल सहजपणे उचलू शकाल.

लिफाफा उघडा

दुःखद विचारांबरोबर या तंत्राचा उपयोग करा. एखाद्या घटनेत जेव्हा दुःख येईल, तेव्हा स्वतःला विचारा, की 'हा दुःखद विचार येण्यापूर्वी किंवा मनात तक्रार येण्याआधी माझी अवस्था (पूर्व अवस्था) कशी होती?' आपल्याला हेच उत्तर मिळेल, की जोपर्यंत विचार आला नव्हता किंवा तक्रार उठली नव्हती तोपर्यंत दुःख झालं नव्हतं. विचार येताच किंवा तक्रार जाणवताच ताबडतोब दुःखाची सुरुवात होते. हे एका उदाहरणातून समजून घेऊ या.

एका माणसाच्या परदेशात राहणाऱ्या नातेवाइकाचा मृत्यू झाला. पण ही बातमी त्या माणसापर्यंत पोहोचलीच नाही. याचा अर्थ, त्या माणसाने आपल्या जीवनात त्या नातेवाइकाच्या मृत्यूचं दुःख भोगलंच नाही. प्रत्यक्षात त्या माणसाच्या जीवनात ते दुःख आलं होतं. परंतु त्यानं ते भोगलं नाही, कारण त्याला तो विचार मिळालाच नाही.

याचा अर्थ, विचारच दुःख आणतात. त्यामुळे जेव्हा दुःखाचे विचार सतावतील, तेव्हा स्वतःलाच प्रश्न विचारा, 'या विचारांपूर्वी माझी अवस्था कशी होती आणि आता कशी आहे?' दुःखाचा विचार आल्यानंतर आपण स्वतःचं निरीक्षण केलं, तर आपल्या हातपायाला कंप सुटलाय... आपल्याला राग येतोय हे जाणवेल. खरंतर दुःखाचा विचार येण्यापूर्वी आपल्याला शांतता जाणवत होती. त्यामुळे आता निवड आपल्याच हातात आहे. बंद अवस्था आणि अपूर्व अवस्था, यांपैकी कोणत्या अवस्थेत आपल्याला राहायचं आहे? बंद अवस्था म्हणजे ती अवस्था- जिथं आपण घटनेवर 'हे वाईट घडलं' अशी मोहर उमटवली. अपूर्व अवस्था म्हणजे जिथं तुम्ही मोहर तर उमटवली नाहीच, शिवाय लिफाफाही उघडाच ठेवला. याचा अर्थ, आता जी नवीन निवड होईल त्यासाठी आपली तयारी आहे, स्वीकृती आहे हे आपण निसर्गाला सांगत आहात.

●

सारांश

- *ईश्वराच्या उपस्थितीत होणाऱ्या घटनांवर जेव्हा मनुष्य असहमती दर्शवतो, तेव्हा ताबडतोब त्याच्या मनात दुःखद भावना निर्माण होते.*
- *एखाद्या घटनेत जेव्हा दुःख येईल, तेव्हा स्वतःला विचारा, 'हा दुःखद विचार येण्यापूर्वी किंवा मनात तक्रार येण्याआधी माझी अवस्था (पूर्व अवस्था) कशी होती?'*

४

स-शब्द शक्ती

मनपसंत लक्ष्यप्राप्तीसाठी आपली 'समज' हीच आपली सल्लागार आहे. आयुष्यात आपल्याला कित्येक सल्ले मिळतील. तरीही सगळ्यांत मौल्यवान सल्ला हाच, की सल्ला नेहमी विचारपूर्वकच घ्यावा. सल्ला इतरांचा असावा, परंतु समज मात्र स्वतःचीच असावी, या नियमांचं पालन करणारा आपल्या लक्ष्य गाठण्याच्या प्रवासात येणारी प्रलोभनं ओळखू शकतो.

पुढील शक्तीच्या मार्गाकडे आगेकूच करण्यापूर्वी एक सल्ला गाठीशी बांधा. तो म्हणजे, कोणत्याही मूर्खाला कधीही सल्ला देऊ नका. मूर्खांना दिलेला सल्ला व्यर्थ ठरतो आणि त्यातून भलत्याच प्रतिक्रिया जन्माला येतात. बहुतांश वेळा मनुष्य चुकीच्या लोकांना सल्ले देऊन स्वतःच फसतो.

स्वतःमध्ये महावीर विकसित करण्यासाठी आपल्याला 'स-शब्द' शक्तीचा वापर करायचा आहे; तसंच या शक्तीचं सामर्थ्य आयुष्यात वाढवायचं आहे. 'स-शब्द' मध्ये 'स'चा अर्थ सल्ला आणि शब्द म्हणजे उद्‌गार. स-शब्द = स

(सल्ला)+ शब्द (उद्गार). सकाळपासून रात्रीपर्यंत तोंडावाटे बाहेर पडणारे शब्द म्हणजे उद्गार. जाणून घ्या, कोणत्या विषयावर चर्चा करताना आपल्या जिभेवर नकारात्मक शब्द येतात किंवा सकारात्मक शब्द जास्त असतात?

'स-शब्द शक्ती'ला इंग्रजी शब्द द्यायचा झाल्यास, तो 'पॉवर ऑफ ॲडवर्ड्स (Adwords)' इथं ॲडचा अर्थ आहे, ॲडवाइस (सल्ला) आणि वर्ड्सचा अर्थ आहे शब्द.

शब्दांमध्ये अद्भुत शक्ती दडलेली आहे. शब्दांच्या शक्तीचा योग्य वापर कसा करायचा, हे माहिती नसलेली माणसं चुकीच्या शब्दांचा उपयोग करतात आणि अनारकलीप्रमाणे स्वतःलाच भिंतीमध्ये जिवंत गाडण्याची शिक्षा देतात. आपला एक-एक शब्द विटेसारखा आणि दगडासारखा आहे, हे त्यांना माहिती नसतं. प्रत्येक शब्दरूपी विटेमुळे जर भिंत बनत असेल, तर मनुष्य जिवंतपणीच स्वतःची कबर खोदतो.

म्हणून आपण आता शब्दांबाबत सजग व्हायला हवं. स-शब्द शक्ती जादूची कांडी आहे. ही जादूची कांडी आपण कशी फिरवतोय, याकडे लक्ष ठेवा. शब्दांची योग्य निवड करण्याची समज आपल्याला आली, की काही दिवसांतच आपल्या जीवनातील प्रत्येक क्षेत्रात बदल घडू लागेल. मग ते आपलं आरोग्य असो, उपजीविका, नातेसंबंध किंवा करिअर... प्रत्येक ठिकाणी सुधारणा होईल. शब्दांचा सजगतेनं केलेला वापर आपल्या जीवनात जादुई बदल घडवेल.

शब्द बदलताच परिणामही वेगळे दिसू लागतात. त्यामुळे प्रत्येक शब्दाची किंमत जाणा. सकाळपासून रात्रीपर्यंत आपण जे शब्द वापरतो त्याबद्दल जागरूक, सजग व्हा. कोणी आपल्याशी नकारात्मक शब्दांत बोललं, तर त्या शब्दांचा पूल बनवा. जसं, आपल्याला आधीच सांगितलंय, की वाईट माणसाकडूनही चांगला सल्ला मिळू शकतो. परंतु हे ओळखायचं कसं? त्यासाठी आपल्याला हा छोटासा प्रयोग करावा लागेल.

आपल्याला ज्या ज्या लोकांनी जे जे सल्ले दिलेत, ते एका डायरीत लिहून ठेवा. वर्षाच्या शेवटी आपल्यासमोर सगळं चित्र स्पष्ट असेल. कोणाकोणाचे सल्ले उपयुक्त ठरले, कोणाचे व्यर्थ हे आपल्याला समजेल. कोण खरा सल्लागार होता आणि कोण प्रत्येक गोष्टीवर उगाचच सल्ले देत राहिला हे आपल्यासमोर येईल. यामध्ये, कदाचित ज्यांचे सल्ले आपल्याला व्यर्थ वाटायचे तेच सर्वश्रेष्ठही असू शकतात आणि हेच सल्ले आपलं आत्ममनोबल वाढवण्यात यशस्वी ठरतील. म्हणूनच कोणताही सल्ला मिळाल्यावर तो समजून घ्या, त्यावर विचार-मनन

करा, फक्त ऐकून दुर्लक्ष करू नका. एका वर्षातच खरी वस्तुस्थिती आपल्या लक्षात येईल.

लोकांनी दिलेल्या सल्ल्यांची पारख केल्यानंतर आपल्याला सल्ला घेता येतो किंवा नाही हे देखील पडताळून पाहा. यासाठी रात्री झोपताना स्वतःला सांगा, 'मला एक सल्ला दे...' हे शब्द आपल्या आत खळबळ माजवतील. आजपर्यंत आपल्याला इतरांकडून सल्ला ऐकण्याची सवय होती. परंतु आता जेव्हा आपण स्वतःलाच सल्ला मागाल, की 'अमुक एका घटनेमध्ये मी काय करायला हवं याचा मला सल्ला दे...' तेव्हा तेजस्थानावरून उत्तरं मिळू लागतील. नवीन शब्द समोर येतील आणि नवीन गोष्टी आपल्यातून बाहेर येतील.

रोजच्या आयुष्यात आपल्याला नकारात्मक वाक्य, ओळी बोलण्याची सवय जडली असेल तर स्वतःकडे सल्ला मागा. 'या नकारात्मक शब्दांऐवजी मी कोणते उद्‌गार काढू शकतो?' या ॲडवर्ड्‌सला 'महाअनुवाद' असंही म्हणता येईल. रोजच्या आयुष्यात ॲडवर्ड्‌सचा उपयोग कशा प्रकारे केला जातो, हे पुढील उदाहरणांवरून लक्षात येईल.

१) नकारात्मक पंक्ती - नकारात्मक विचारांनी मला घेरलंय.
स-शब्द पंक्ती - माझ्या मनात ईश्वराचा वास आहे, तो हा वेढा नक्कीच फोडेल

२) नकारात्मक पंक्ती - मला सर्व जण त्रास देतात
स-शब्द पंक्ती - माझा ईश्वर माझ्यासोबत आहे, हा दृढविश्वास मला आहे.

३) नकारात्मक पंक्ती - मला कोणीही मदत करत नाही.
स-शब्द पंक्ती - ईश्वर नेहमीच माझ्या मदतीसाठी धावून येतो.

४) नकारात्मक पंक्ती - मला तिरस्कार वाटू लागला आहे.
स-शब्द पंक्ती - प्रत्येकात मला स्वतःचंच प्रतिबिंब दिसतंय.

५) नकारात्मक पंक्ती - जगात किती दुःख आहे.
स-शब्द पंक्ती - या दुःखातच सुख लपलंय, शोधून तर पाहा.

ही काही वाक्यं उदाहरणादाखल दिली आहेत. परिस्थितीनुरूप आपण त्यात बदल करू शकता, वेगळी वाक्यं तयार करू शकता. परंतु त्यामध्ये भावना कायम सकारात्मकच हवी, हे लक्षात घ्या. स्वतःला आठवण करून द्या, की 'माझ्या तोंडून जेव्हा जेव्हा नकारात्मक वाक्यं निघतील, तेव्हा ते शब्द बदलून ती

विधानं सकारात्मक बनवायची आहेत.' सकारात्मक शब्द आपलं आत्ममनोबल तर वाढवतातच, शिवाय आपल्यामध्ये सर्जनाची प्रेरणाही जागवतात. त्यामुळे शब्दांना योग्य दिशा देण्याची आवश्यकता असते. शब्दांबरोबर जेव्हा सत्यशक्ती जोडली जाते, तेव्हा त्यांचा नकारात्मक प्रभाव नाहीसा होतो.

या शक्तीच्या आधारे आपण बोलण्याची नवीन पद्धत शिकत आहात. यामध्ये एकच ओळ आपण वेगळ्या पद्धतीनं मांडता. जसं, 'मी जेवण केलं' आणि 'जेवण करवलं गेलं' या दोन वाक्यांमध्ये फरक आहे. पहिल्या वाक्यात कर्ताभाव प्रबळ आहे, दुसऱ्यात तो एकदम कमी आहे. प्रत्यक्षात दोन्हींचा अर्थ मात्र सारखाच आहे. त्याचप्रमाणे 'मी विचार केला' आणि 'असा विचार आला' यामध्येही फरक आहे. हे पूर्ण वाक्यात असं म्हणू शकता, 'अरे! असा विचार आला, की हे काम अमुक पद्धतीनं करावं.' यामुळं कर्ताभाव विलीन होतो.

दिवसभर उच्चारली जाणारी वाक्यं तुम्ही बदलू शकता. ते कसं? तर स्वतःलाच रिपोर्टिंग करून. जसं, 'मी बोर होत आहे' याऐवजी म्हणा, 'मी स्वतःला बोर होऊ देतोय.' असं म्हणताच तुम्हाला वाटेल, 'अरे! मी स्वतःलाच का बोर होऊ देतोय? मी काहीतरी नवीनही करू शकतो.' हा विचार येताच तुमचा कंटाळा, बोरडम गायब होईल. ती घटनाच बदलून जाईल. हा आहे शब्दांचा प्रभाव! शब्दांमध्ये शक्ती आहे. परंतु हे शिंगामधील शिंग तुमच्यासाठी अडथळा, अटकाव बनू नये याकडेही लक्ष ठेवा. शब्दाबरोबर जोडलेलं शिंग आहे 'कुल्फीसिंग.' कुल्फीसिंग म्हणजे कुल्फीची काडी. इथे शब्दांना कुल्फीची काडी म्हटलं गेलंय. कुल्फी खाण्यासाठी काडी धरतात. परंतु काही लोक काडीमध्ये म्हणजेच शब्दांतच अडकून पडतात. भावार्थ समजून न घेता केवळ शब्दार्थामध्येच अडकून राहणारा मनुष्य उच्चतम गोष्टींनाही नाकारतो. अध्यात्मामध्ये टपोरी भाषा वापरली तर काही लोकांना हे खटकतं. त्यामुळे ते ज्ञानार्जन न करता शब्दांमध्येच अडकून पडतात. तेव्हा, शब्दशक्ती आपल्याला लाभदायक ठरावी, तिचा अडथळा बनू नये, ही गोष्ट लक्षात ठेवा. शब्द निवडताना आपल्या अंतरंगात डोकावून पाहा. तुम्ही निवडलेल्या शब्दांचा आत्ममनोबलावर होणारा परिणाम तुम्हाला समजेल. अन्यथा लोक वर्षानुवर्षं अयोग्य शब्दांचा उपयोग करतात आणि आपल्या आयुष्यात चुकीच्या परिणामांना आकर्षित करतात. चुकीच्या शब्दांचा वापर करणं, म्हणजे स्वतःवरच काळी जादू (ब्लॅक मॅजिक) करण्यासारखं आहे. स-शब्द शक्तीच्या साहाय्याने चुकीचे सगळे शब्द, व्हाइट मॅजिक बनू शकतात. त्यामुळे या शक्तीचा आयुष्यात भरपूर उपयोग करा

आणि शांतिवाहक बना.

स-शब्द शक्तीबरोबर तुम्हाला भावनांचं (इमोशन्सचं) महत्त्वदेखील समजून घ्यायचंय. आत्मवीराची पुढील शक्ती आपल्याला दिशायुक्त कल्पनादृष्टी प्रदान करणार आहे.

●

सारांश

✦ *शब्द बदलताच परिणामही वेगळे दिसू लागतात. त्यामुळे प्रत्येक शब्दाची किंमत जाणा.*

✦ *सकारात्मक शब्द आपलं आत्ममनोबल तर वाढवतातच, शिवाय आपल्यामध्ये सर्जनाची प्रेरणाही जागवतात.*

५

दिशायुक्त कल्पनादृष्टी

आपल्याला जर सांगितलं, की 'आपली प्रत्येक इच्छापूर्ती करणारा कल्पवृक्ष आपल्याकडे आधीपासूनच आहे,' तर यावर आपण विश्वास ठेवाल? नाही ना! आता समजून घ्या, 'निसर्ग' हाच तो कल्पवृक्ष आहे, जो आपला प्रत्येक विचार प्रत्यक्षात, वास्तवात उतरवतोय. आपला प्रत्येक विचार, प्रत्येक कल्पना म्हणजे आपल्याकडून निसर्गाला केलेली प्रार्थना आहे आणि तो सर्वांची प्रार्थना विनाअट पूर्ण करतो.

अज्ञानवश मनुष्य स्वतःचंच नुकसान होईल अशा कल्पना करतो. आपणही अशाच एखाद्या चुकीच्या कल्पनेनं स्वतःलाच हानी तर पोहोचवत नाही ना? तसं असेल तर ताबडतोब सजग व्हा.

आपल्या कल्पनांना योग्य दिशा मिळण्यासाठी आणि कल्पनांच्या परिणामांमुळे पश्चात्तापाची वेळ येऊ नये म्हणून जीवनात क्रांतिकारक शक्ती - 'दिशायुक्त कल्पनादृष्टीच्या शक्ती'चा वापर करा. शेखचिल्लीप्रमाणे आपल्या कल्पनेचा घोडा बेलगाम होऊन दिशाहीन उधळत नाहीये ना, हे पाहा. कारण कल्पनांना दिशा मिळताच आपलं आत्ममनोबल वाढेल आणि जीवनात

चमत्कारही घडतील. आपल्या प्रत्येक कल्पनेचा उद्देश स्पष्ट असेल, तर यातून आपल्या रचनात्मकतेला बळ मिळेल. अर्थात सर्जनासाठी आपण या कल्पनेचा उपयोग करू शकाल.

कल्पनेला दिशा देऊन त्याचा सकारात्मक उपयोग स्वास्थ्यप्राप्तीसाठी, शरीराच्या कोणत्याही अवयवाला व्याधीमुक्त करण्याकरिता कसा करता येतो, हे एका साध्या प्रयोगाच्या आधारे समजून घेऊ या. हा प्रयोग अगोदर संपूर्ण वाचा. त्यानंतर पुस्तक बाजूला ठेवून तो प्रत्यक्ष करून पाहा.

- *डोळे बंद करून ध्यानमुद्रेत बसा.*
- *आपण लहान असताना आपलं शरीर कसं होतं, याची कल्पना करा. ते नक्कीच लवचीक, धावपळ करणारं, भिंतींवर चढणारं, उड्या मारणारं अर्थात संपूर्ण स्वास्थ्ययुक्त असणार. परंतु आताची परिस्थिती वेगळी आहे. वाढत्या वयामुळे आपण या सगळ्या क्रिया करू शकत नाही. धावणं, उड्या मारणं हे काही लोकांना वाढत्या वयामुळं शक्य होत नाही.*
- *ध्यानाच्या या पायरीवर; आपला हसण्या-बागडण्याचा, मनसोक्त धावपळ करण्याचा काळ कल्पनेमध्ये पाहा. त्या वेळी आपण जे काही करत होता, ते जितकं स्पष्ट पाहता येईल, तितकं पाहा.*
- *त्या काळाचं, रूपाचं पूर्णपणे दर्शन घ्या आणि कल्पनेमध्ये ते जितकं अनुभवता येईल, तितका त्याचा अनुभव घ्या.*
- *हे चित्र जितकं स्पष्ट पाहता येईल, तितकं पाहा.*
- *आता या चित्रामध्ये; शरीराच्या ज्या अवयवात वेदना आहेत, तो अवयवही पाहा. शरीराच्या ज्या ज्या अवयवांत दुखणं, त्रास आहे, तो प्रत्येक अवयव किती उत्तम प्रकारे काम करतोय, हे पाहा. आपण जेव्हा धावतपळत होता, खेळत होता, तो काळ दृष्टीसमोर आणा.*
- *मातीचा सुगंध, हवेचा स्पर्श अनुभवा आणि दुसऱ्यांदा ते दृश्य अधिक स्पष्ट पाहा.*

अशा प्रकारे हे रचनात्मक चित्र दररोज पाहिल्याने, आपल्यात नवीन बदल घडून येतील, ज्यामुळे आपण नक्कीच आश्चर्यचकित व्हाल.

या आहेत जीवनाच्या 'समृद्ध स्मृती.' त्यांचं स्मरण करा. आपल्या आयुष्यातील दुःखद घटना म्हणजे 'दरिद्री स्मृती' आहेत. त्यांना आठवून, प्रोत्साहन देऊ नका. समृद्ध स्मृती या अगदी सत्यम्, शिवम्, सुंदरम् सारख्याच

असतात. ज्या बाबींचं स्मरण करून आपलं वर्तमान बदलतं, त्यांचा समावेश दिशायुक्त कल्पनादृष्टीच्या श्रेणीत होतो; अन्यथा 'दिशाहीन कल्पना' ही तर मनाची सवयच आहे. ही सवय नष्ट करण्याची गरज आहे. मनाला तर अंतिम सत्याची, स्वानुभवाचीही कल्पना करायची असते. परंतु त्याची कल्पना कधीही करू नये, कारण अनुभवाला, अनुभव बनूनच जाणता येतं.

या शक्तीसोबत, अडकवणारं असं शिंगांमधील शिंगं येतं, 'चेकरसिंग.' दिशायुक्त कल्पनादृष्टीमध्ये चेकरसिंग येतो आणि स्वानुभवावर कल्पनेचा पडदा टाकतो. ज्याप्रमाणे, 'ईश्वर म्हणजे, चार हात... भरजरी पोशाख...' अशी कल्पना केली गेलीय. त्याचप्रमाणे आपण ध्यानामध्ये स्वानुभवावर जातो, तेव्हा चेकरसिंग अनुभवाची कल्पना करतो. चेकर आणि क्रेडिट टेकरसारखी शिंगं अनुभवामध्ये बाधा आणतात. अनुभव जाणण्यात, चेकर विघ्न आणतो; तर क्रेडिट टेकर अनुभव मिळाल्यानंतर अडथळा आणतो. अनुभव मिळाल्यानंतर, क्रेडिट टेकर श्रेय घेत म्हणतो, 'हा अनुभव मला आलाय.' प्रत्यक्षात मन (चेकर) नसतं, तेव्हाच अनुभव जागृत होतो. परंतु मन म्हणतं, 'मी घेतलाय हा अनुभव. अगदी अस्साच अनुभव मला उद्याही मिळावा.' त्यामुळे ते प्रत्येक वेळी, मागील अनुभवासारखा अनुभव आला किंवा नाही हे तपासत राहतं. यामुळे अनुभव मिळणं कठीण होतं. म्हणूनच, दिशायुक्त कल्पनादृष्टीच्या या शक्तीत चेकरसिंग अडथळा बनू नये, याची अवश्य खबरदारी घ्यावी.

●

सारांश

- *अज्ञानवश मनुष्य स्वतःचंच नुकसान होईल अशा कल्पना करतो. आपणही अशाच एखाद्या चुकीच्या कल्पनेनं स्वतःलाच हानी तर पोहोचवत नाही ना?*
- *आपल्या आयुष्यातील दुःखद घटना म्हणजे 'दरिद्री स्मृती' आहेत. त्यांना आठवून, प्रोत्साहन देऊ नका.*

६

मंथनाची शक्ती

मनन करता-करता मंथन सुरू होतं आणि मंथनामुळे अधिकाधिक मनन घडत जातं. ज्याप्रमाणे रवीच्या घुसळण्यानं लोणी निघतं आणि लोण्याच्या ओशटपणामुळं रवी अधिक वेगात घुसळली जाते. मनन आणि मंथन यांच्यातले परस्परसंबंधही असेच सखोल आहेत. मंथन करताकरता अस्सल गोष्ट प्रकट होते आणि ती समोर येताच आपण खऱ्या आनंदात अभिव्यक्तीला प्रारंभ करता. वस्तू तर आधीपासूनच होती. केवळ समोर दिसत नव्हती, मंथन करता-करता ती अचानक प्रकटली.

मंथन शक्ती अर्जित झाल्यावर एखादा छोटासा संकेतही आपल्याला जागृत करण्यासाठी सक्षम ठरतो.

एका माणसाकडे सोन्याच्या नाण्यांनी भरलेलं मडकं होतं. ती त्याच्या संपूर्ण आयुष्याची कमाई होती. एके दिवशी त्याने विचार केला, 'हा खजिना म्हणजे माझ्या संपूर्ण जीवनाची पुंजी आहे. तरी

देखील या नाण्यांमध्ये काही खोटी नाणी नाहीत ना, हे एकेक करून तपासायला हवं.' खोट्या नाणी मिसळली असल्याची शंका येताच त्यानं सर्वच्या सर्व नाणी तपासून पाहायचं ठरवलं. मंथन केल्यानंतरच शंकेचं समाधान मिळतं. आपल्या आयुष्यात किती नाणी खरी आहेत आणि किती खोटी हे समोर येतं. आता त्या माणसानं विचार केला, 'मी आज सगळीच नाणी तपासणार आहे. त्या नाण्यांपैकी जी खरी आहेत त्यांनाच या खजिन्यात ठेवणार. उरलेली खोटी नाणी टाकून देणंच योग्य होईल'. तो 'खरं-खोटं' करणार, 'आता आपला पत्ता कट होणार, आपला अंत होणार' हे खोट्या नाण्यांच्या लक्षात आलं.

जेव्हा, What, Why, Where, Who, When, Which, How असे सगळे 'डब्ल्यू एच'चे प्रश्न विचारले जातात, तेव्हा सत्य समोर येतं. जेव्हा आपण स्वतःला विचारतो, 'What is Real? Why real is important?' तेव्हा या प्रश्नांवर मनन-मंथन घडतं. परंतु 'मनन कसं करावं?' हे जेव्हा समजत नाही त्या वेळी 'केव्हा, का, काय, कोण, कुठे, कसे' या बिंदूंच्या आधारे मंथन करता येतं. या शब्दांच्या साहाय्यानं मनन केल्याने तुमच्यातील खोटी नाणी समोर येतात आणि त्यांचा अंतही होतो. त्याचबरोबर खऱ्या नाण्यांच्या संयोगानं आपलं हृदयही भरून जातं.

अशा प्रकारे खोट्या नाण्यांना समजलं, की 'आता आपली चौकशी होणार, हा माणूस प्रश्न विचारणार. तेव्हा आपण काय करायचं?' त्या सगळ्या नाण्यांमध्ये एक छोटंसं नाणं होतं. परंतु त्याची बुद्धी कुशाग्र होती. ते म्हणालं, 'आता तर आपल्याला एकच गोष्ट वाचवू शकते. आपण सगळेच आपल्या संपूर्ण ताकदीनिशी चमकू लागलो तर मडक्याच्या आत पुन्हा जाऊ शकतो.' सगळ्या खोट्या नाण्यांना हा सल्ला पटला. त्यांनी विचार केला, 'आपण चमकू लागलो, तर हा श्रीमंत माणूस आपल्याला सोनं समजून पुन्हा मडक्यात ठेवेल. मडक्याच्या आत जाईपर्यंत तरी चमकायचंय!' असा विचार करून ते सर्व ताकद पणाला लावून चमकू लागले.

सुरुवातीला तो श्रीमंत माणूस खोट्या नाण्यांच्या झगमगाटाला फसला. एक-एक करत तो नाणी आत टाकत होता. खऱ्या नाण्यांबरोबर क्षणिक चमकणारी खोटी नाणीही कोणत्याही शंकेशिवाय मडक्यात जात होती.

आपल्या आयुष्यातही असंच घडतं. आपण काही गोष्टी योग्य, बरोबर मानून चालतो. परंतु त्या खोट्या असतात. खोट्या असूनही आपण त्यांच्यावर खऱ्याचीच मोहर उमटवतो आणि आपल्या खजिन्यात त्यांचा समावेश करतो. जसं, आपण म्हणतो, 'लोक माझ्याकडे लक्षच देत नाहीत. मला कोणाचीच साथ मिळत नाही.' प्रत्यक्षात, आपण स्वतःचीच पारख केलेली नसते. स्वतःचा शोध कधी घेतलेलाच नसतो. परंतु आता मडक्यात नाणी टाकण्यापूर्वी शोध घ्यायचा आहे. आत्मवीर आपल्या शरीररूपी मडक्याच्या आत जे काही टाकतो, त्याचं मंथन करतो. मंथनशक्तीच्या साहाय्यानं तो स्वतःमधील प्रत्येक धारण शोधून काढतो.

कहाणीमध्ये मनुष्य मडक्यात नाणी टाकत असताना त्याच्या हातातून अचानक एक नाणं खाली पडतं. ते नाणं खोटं असल्यानं जमिनीवर पडताच त्याचा 'छटाक्' असा आवाज आला. प्रत्यक्षात अस्सल सोन्याचं नाणं खाली पडलं तर त्याचा आवाज 'टण्ण' असा खणखणीत येतो. कुठे एक 'टण्ण' आणि कुठे एक छटाक्! दोघांची बरोबरी होऊच शकत नाही. त्याचप्रमाणे, कुठे सेल्फची (स्वची) हाक आणि कुठे मनाचा आवाज! दोघांची तुलनाच होऊ शकत नाही.

'छटाक्' असा आवाज आला आणि त्या माणसानं कान टवकारले. त्यानं पुन्हा एकदा नाणं आपटून पाहिलं. पुन्हा एकदा खरं नाणं घेऊन तेही खाली आपटलं आणि मग त्याला समजलं, की आपल्या हाती खोटं नाणं लागलंय. त्या एका खोट्या नाण्यामुळं, मडक्यात टाकलेली सगळी नाणी पुन्हा एकदा अशीच आपटून तपासून पाहावीत असं त्याला वाटलं आणि असा शोध सुरू झाल्यावर सगळी खोटी नाणी सापडली.

अशाच प्रकारे आपल्याला योग्य वाटणारा विचारही पारखून घ्यायला हवा. जीवनात एखादी घटना घडली आणि 'ईश्वरानं असं का केलं, हे तर चुकीचं घडलं.' असा विचार मनात आला तर त्याच्या चमकण्यावर जाऊ नका. तो पारखा, वाजवून पाहा. जो खरा असेल तोच 'टण्ण'चा आवाज करेल, अन्यथा 'छटाक्'चा आवाज येईल. यासाठी प्रत्येक विचार योग्य प्रकारे पारखूनच आतमध्ये घ्या.

आता आपल्या मडक्यात केवळ सोन्याचीच नाणी शिल्लक राहतील. सोन्याची ऊर्जा पाण्याची शुद्धता वाढवते. पूर्वीच्या काळी वेगवेगळ्या धातूंच्या

भांड्यात पाणी भरून ठेवायचे. आजही कित्येक लोक तांब्याच्या भांड्यातलं पाणी सकाळी पितात.

जास्तीत जास्त लोक तांब्याचं भांडं वापरतात, तर काही चांदीच्या ग्लासमध्ये पाणी ठेवतात. खूप कमी लोक सोन्याच्या भांड्याचा वापर करतात. ही सगळी धातूंची भांडी पाण्याला शक्ती देतात. अर्थात आपलं मनोशरीर यंत्र शुद्ध-सात्त्विक असेल तर स्वयं-स्थिरता प्राप्त होते.

आयुष्यात अस्सल चमक, खऱ्या विचारांची चमक हे लक्ष्य घेऊनच आपल्याला पुढे जायचंय आणि प्रत्येक नाणं ओळखण्याची सुरुवात करायची आहे. परंतु ही पारख केवळ आपणच करत नसून आपल्याला घडवणारा ईश्वरही करत असतो. अगणित लोकांमधून जी माणसं तयार होतात, त्यांना ईश्वर जीवनातील घटनांद्वारे पारखतो. 'आयुष्यातील कठीण काळात, घटनांत आपण छटाक्-छटाक् करून रडत आहात की टण-टण करून हसत आहात?' हे ईश्वर तपासतो. आपल्या अंतरात्म्याचा आवाज हाच ईश्वरासाठी आपली ओळख बनतो. दुःखी असणारा नास्तिक आहे, तर प्रत्येक घटनेसाठी ज्याच्या अंतःकरणातून धन्यवादाचे भाव उमटतात, तो आस्तिक आहे. स्वतःलाच विचारा, 'एखादी घटना घडते, तेव्हा माझ्या अंतःकरणातून कोणता आवाज येतो?' तयारी झाली असेल तर समजेल, की जीवनातील प्रत्येक घटना आपल्याला आणखी सुंदर बनवतेय. ही ईश्वराची पद्धत आहे. त्याची इच्छा आहे, की आपला संघ खऱ्या नाण्यांबरोबरच असावा. म्हणजे चांगल्या लोकांच्या समूहातच आपण राहावं.

या गोष्टीतून आयुष्यातील घटनेत कोणतीही कथा तयार होताना, ती खरी आहे किंवा खोटी हे अगोदर पडताळून पाहा हा धडा मिळतो. कथा चमकत असेल तरीही तिला खरी न मानता मंथन सुरूच ठेवा.

या कसोटीवर स्वतःचं आयुष्य स्वतःच पारखा आणि आपलं नाणं खरं आहे की खोटं हे देखील समजून घ्या. आपलं नाणं खणखणीत वाजणारं, खरं असेल तर ईश्वर आपल्या नाण्यांमध्ये खऱ्या नाण्यांचीच वाढ करेल. याचा अर्थ, आपल्याला चांगल्या विचारांच्या माणसांची साथसंगत लाभेल. याउलट, आपलं नाणं खोटं असेल तर आपण आपोआपच खोट्या नाण्यांमध्ये आपल्याला टाकलं जाईल.

धातूच्या नाण्यांत आणि आपल्यात मूलभूत फरक कोणता आहे, हे माहितीय? धातूची नाणी त्यांच्या प्रकृतीत बदल घडवून आणू शकत नाहीत. परंतु आपण स्वतःच्या प्रवृत्तींपासून मुक्त होऊन, आपल्या जीवनात बदल घडवू शकतो. ईश्वरानं आपल्याला जीवन तर दिलंच आहे, शिवाय खोट्याचं रूपांतर

खऱ्यामध्ये करण्याच्या शक्तीची अमूल्य भेटही दिलेली आहे.

मंथनाची शक्ती मौल्यवान आहे. या शक्तीचा योग्य उपयोग ज्याला करता येतो, त्याचं आयुष्य आनंदाने भरून जातं. मंथनशक्तीसमवेत येणारा धोका-शिंगांमधील शिंगं आहे, सुस्तीसिंग! लोकांच्या मनन-मंथन करण्यात मानसिक सुस्ती आड येते. 'कोण करणार मनन... कोण करणार मंथन...कोण शिणवणार स्वतःचं डोकं...' असा विचार लोक करतात. त्यामुळे मंथन करताना सुस्तीसिंगपासून सावध राहा.

आता जीवनासंबंधी मंथन करण्याची वेळ आली आहे. तेव्हा असं मनन करा,

- आपण पृथ्वीजीवनाचा निरोप कसा घेणार आहात?
- हे आयुष्य मानमरातब, प्रतिष्ठा, संपत्ती मिळवण्यात जाणार आहे, की अंतिम लक्ष्य-पृथ्वी लक्ष्य प्राप्त करण्याचीही आपण खरोखरच काही तयारी केली आहे?

मंथनामधूनच आपल्याला कोणत्या गोष्टी व्यर्थ आहेत हे समजेल. उदाहरणार्थ, दूरचित्रवाहिनीवर दोन वर्षांपासून सुरू असलेली मालिका एक माणूस न चुकता पाहतोय. परंतु त्यामुळं त्याची किती कामं अर्धवट राहिलीत, कोणकोणती केलीच नाहीत याचा हिशोब मांडला तर.....? हे तर फक्त एक उदाहरण आहे.

मंथनातून आपल्या आयुष्यातील अनेक व्यर्थता समोर येतील. जीवन किती वाया घालवलं याची जाणीव होईल. तेजस्थान म्हणजे जणू एक समुद्रच आहे. या समुद्रात मंथन करायला शिका. जीवनात पुढेच जायचं ठरवलंय, तर अज्ञातात मंथन करायला शिका.

●

सारांश

- *मंथनाची शक्ती मौल्यवान आहे. या शक्तीचा योग्य उपयोग ज्याला करता येतो, त्याचं आयुष्य आनंदाने भरून जातं.*
- *मंथनातून आपल्या आयुष्यातील अनेक व्यर्थता समोर येतील. जीवन किती वाया घालवलं याची जाणीव होईल.*

७

वर्तमानाची शक्ती

वर्तमानात जगण्यातूनच आंतरिक शांतीची सुरुवात होते. वर्तमानात 'जो जसा आहे, त्याला तसं' पाहण्याची कला आपल्याला शिकायची आहे. एकदा का ही कला अवगत झाली, की भूतकाळ आणि भविष्यापासून आपण मुक्त व्हाल.

वर्तमान शक्ती आहे. जो वर्तमानात राहू शकतो, त्याची उपस्थिती शक्तिशाली होते. त्याची प्रत्येक क्रिया सजगतेनं घडते. त्यामुळे त्याचं प्रत्येक कार्य सहजतेनं आणि निपुणतेनं घडतं. वर्तमानात राहूनच तुमचं जीवन सहज सोपं होऊन जातं. असं जीवन जे भूत आणि भविष्यापासून मुक्त, शांत आणि स्थिर आहे. जे जीवन शांतिमान आहे त्यालाच शक्तिशाली जीवन म्हटलं जातं.

कल्पना करा, की आपल्या खिशात दोन फोटो आहेत. एक फोटो आहे महाबळेश्वरचा, जिथं आपण सहलीला जाऊन आला आहात आणि दुसरा आहे काश्मीरमधील, जिथं आपल्याला सहलीला जायचंय. आता दोन्ही फोटो आपल्यासमोर ठेवा आणि या दोन फोटोंमधून आपल्या काय लक्षात येतं, हे समजून घ्या.

प्रत्यक्षात या दोन फोटोंमध्ये तिसरा फोटोही आहे. हा फोटो त्या जागेचा

आहे, जिथं सध्या आपण आहात. महाबळेश्वर आणि काश्मीरचे फोटो दोन्ही हातात धरून स्वतःसमोर आणा. त्यानंतर स्वतःलाच सांगा, 'या दोन्हींच्या दरम्यानही एक फोटो आहे.' दोन्ही फोटोंमध्ये जी माणसं आपल्याला दिसताहेत, ती देखील फोटोचाच भाग आहेत. हेच तर युरेकासारखं गुपित आहे.

परंतु हे गुपित सांगितलं नाही, तर आपण मधला फोटो पाहणारच नाही. केवळ महाबळेश्वर आणि काश्मीरचेच फोटो पाहत बसाल. वास्तविक, मधल्या फोटोत आपल्याला काय दिसतंय हेच महत्त्वाचं आहे. मधल्या फोटोत आहे, 'वर्तमान!' वर्तमान म्हणजे तो क्षण, ज्यामध्ये आपण आहात आणि आत्ता आहात. हा क्षण पुन्हा येणार नाही आणि म्हणूनच तो सर्वात सुंदर क्षण आहे!

वर्तमानाचं सौंदर्य

आपल्या आवडीची, मनोरंजक गोष्ट सुरू असेल, तर आपल्याला वर्तमान आवडेल, चांगलं वाटेल. वर्तमानातच राहायचं असाही आपण निश्चय कराल. परंतु आजूबाजूचं वातावरण, माणसं कंटाळवाणी, नकोशी वाटत असतील, तर वर्तमानाचा आपल्याला तिटकारा येईल. 'या क्षणात, वर्तमानात असं काय आहे, जे मला आवडेल?' असाही प्रश्न पडेल.

वर्तमानाचं सगळ्यात मोठं सौंदर्य हेच, की त्यामध्ये आपण आहात, त्या क्षणाला आपला स्पर्श आहे! हे वैशिष्ट्य ना भूतकाळाच्या फोटोत आहे ना भविष्यकाळाच्या. आपण वर्तमानात 'स्व'बरोबर आहात, तर आपण मुक्तावस्थेत आहात. ही तीच अवस्था आहे, जिचा आनंद आपण सुट्टीच्या दिवशी घेत असता.

जरा आठवून पाहा, आपल्याला जेव्हा कामावर किंवा शाळेत-कॉलेजमध्ये जायचं नसतं, त्या दिवशी कसं वाटतं? सुट्टीच्या दिवशी, दिवसभर फिल्म्स पाहायच्या म्हणून आपण तीन-चार पिक्चर्सच्या डीव्हीडी घरी आणतो. कुठेही जायचं-यायचं नाही, काहीही करायचं नाही... म्हणून एक वेगळ्याच प्रकारचा आनंद असतो.

'स्व-ध्याना'नंतरही अशीच अवस्था येते. कारण तेव्हा आपल्याला समजतं, की आता जो घटनाक्रम असेल, तो माझ्यासाठीच असेल. जसं, आपण आणलेल्या तीन-चार डीव्हीडी या आपल्यासाठीच लागणार आहेत. अशा प्रकारे वर्तमानात जो घटनाक्रम घडेल...; कोणी येईल-जाईल, बसेल, बोलेल, खायला-प्यायला देईल, शिव्या देईल किंवा इतर काही घडेल; ते आपल्यासाठी घडेल

पण आपल्यासोबत नाही. मुक्त अवस्थेत ही गोष्ट सूर्यप्रकाशाइतकी स्पष्ट होईल, की 'जे काही घडतंय, ते माझ्याबरोबर घडत नसून माझ्यासाठी घडत आहे.' म्हणजे आपण हॅपी आहात आणि आपल्यासमोर हॅपनिंग (जे चाललंय) आहे. हॅपनिंगमध्ये आपल्याबरोबर काहीही घडणार नाही, तर जे घडेल ते आपल्यासाठी असेल आणि आपण केवळ तो ड्रामा पाहणार आहात, हा अत्यंत महत्त्वाचा फरक आपल्या लक्षात येईल.

भूत आणि भविष्य दोन्ही वर्तमानातूनच आलेली आहेत. परंतु तरीही वर्तमानालाच सर्वाधिक महत्त्व दिलंय. कारण वर्तमानाचं सौंदर्य आपण स्वतःच तर आहात!

वर्तमान क्षणाला आपल्या स्थानावरून, सीटवरून 'साक्षी' होऊन पाहताना, आपल्या नजरेत शक्ती, बल येईल. त्याचबरोबर आपल्याला 'काही नाही'पासून 'काही' निर्माण करण्याची कलाही अवगत होईल. त्यानंतर तेजस्थानावरून (हृदयस्थानावरून) वर्तमान समस्या सुटताना दिसतील. समस्यांचं निराकरण होत असतानाच, आपल्या शरीरानं त्यामध्ये भाग घेतला किंवा नाही हेही आपल्याला समजेल. त्या वेळी आपल्याला जाणवेल, की 'मी हॅपी आहे आणि हॅपनिंग माझ्यासमोर आहे.'

सकाळी डोळे उघडताच स्वतःला विचारा, 'मी हॅपनिंगमध्ये आहे, की हॅपी आहे?' त्यानं शरीरासमोर काही गोष्टी निराकारात निर्माण होतील आणि काही गोष्टी हॅपनिंगमध्ये आकारात येतील. सुरुवातीला 'मी हॅपी आहे' असं जाणवेल. त्यानंतर 'मीच हॅपीनेस आहे' असं वाटेल. अशा प्रकारे आपण हॅपीपासून हॅपीनेसकडे शिफ्ट व्हाल.

सोमवार, मंगळवार, बुधवार, गुरुवार, शुक्रवार, शनिवार, रविवार, परिवार... हे सर्व आपल्यासाठी आहेत, हॅपनिंगमध्ये आहेत. आपल्या शरीराकडून एखादं काम होतंय, परंतु हा देखील हॅपनिंगचाच भाग आहे. जसं, गुरुवारी ध्यानकक्षात जाऊन ध्यान करावं, आणि कुटुंबालाही बरोबर न्यावं असा आपण विचार केलात. हे आपण हॅपनिंगमध्ये केलंही, परंतु मनाला भ्रम होतो, 'अमुक गोष्ट माझ्यामुळेच झाली.' कारण त्याला त्याचं श्रेय घ्यायचं असतं. या सगळ्याची वारंवार पुनरावृत्ती करत राहिलं, तर मनाला खरंच वाटेल, की हे सर्व काही माझ्यामुळेच झालंय.

आतापर्यंत आपल्या जीवनात जे घडलंय, वास्तविक ते फक्त आपल्यासमोर प्रस्तुत होत असतं, की हे आपल्यासाठी होत आहे. परंतु आतापर्यंत जे काही सादर झालं, त्यासाठी आपण काहीही केलं नाही. आपल्याला जेव्हा हे समजेल, की

आतापर्यंत जे सुरू आहे आणि भविष्यात जे घडणार आहे, त्यासाठी आपल्याला काहीही करायचं नाही. तेव्हा योग्य वेळी योग्य कृती घडताहेत आणि आंतरिक शांतता देखील आहे, हे अनुभवायला मिळेल.

अशा प्रकारे हॅपनिंगमध्ये राहण्याची कला आपल्याला जी शक्ती देते ती आहे वर्तमानाची शक्ती. वर्तमान शक्तीसमवेत जे शिंग (धोका) जोडलेलं आहे, ते आहे कल्लूसिंग. कल्लूसिंगाचं काम म्हणजे मनुष्याला 'कल-कल'मध्ये (भूतकाळ आणि भविष्यकाळ) अडकवणं. तो कोणालाच वर्तमानात राहू देत नाही. जर, वर्तमानात काम करताना आपलं मन कलकल करू लागलं.... म्हणजे, 'काल असं झालं... उद्या असं होईल...' तर कल्लूसिंगने आपल्याला घट्ट पकडलंय, हे लक्षात घ्या. कल्लूसिंग असताना आपण वर्तमानात राहूच शकत नाही.

प्रेझेंट या शब्दाचा अर्थ वर्तमान असा होतो आणि भेटवस्तू असाही! ईश्वराकडून आपल्याला जी वर्तमानाची भेट मिळाली आहे, त्याला आपल्या मनात स्थापित करूया. शिवाय निवड आपल्याच हातात आहे, वर्तमानात आहे, आत्ता आहे.

●

सारांश

- *वर्तमानाचं सगळ्यात मोठं सौंदर्य हेच, की त्यामध्ये आपण आहात, त्या क्षणाला आपला स्पर्श आहे!*
- *भूत आणि भविष्य दोन्ही वर्तमानातूनच आलेली आहेत. परंतु तरीही वर्तमानालाच सर्वाधिक महत्त्व दिलंय. कारण वर्तमानाचं सौंदर्य आपण स्वतःच तर आहात!*

हे पुस्तक वाचल्यानंतर आपला अभिप्राय कृपया या पत्त्यावर अवश्य पाठवा.

Tejgyan Global Foundation,
Pimpri Colony Post Office,
P. O. Box 25, Pune - 411 017. Maharashtra (India).

तेजज्ञान कार्यक्रम

सोमवार ते शनिवार सायं. ६.३० ते ६.५० आणि
रविवारी सायं ८:१० ते ८:३० या वेळेत संस्कार चॅनेलवर प्रवचन.

सार

आत्ममनोबळ म्हणजेच मनाचं बळ आणि आत्मबळ असतं आत्मिक बळ.

सर्वात आधी दिसतं, आपलं बाह्य शरीर म्हणजेच आपला स्थूल देह.

या शरीरात असतं एक मन आणि मनात दडलेलं असतं अंतर्मन.

अंतर्मनाच्या शक्तींशी आपण परिचित होताच, परंतु त्या पलीकडेही काहीतरी,

खूप खोलवर काहीतरी घडत असतं.

त्या खोलीच्याही पुढे अजून काही आणि खूप काही आहे.

या सर्वांच्या पलीकडं असतं ए-शरीर म्हणजेच आपलं सूक्ष्म शरीर आणि

ए-शरीराच्या पलीकडं आहे 'सेल्फ'!

या सेल्फला जागृत करण्यासाठीच आपल्याला

प्राप्त करायचं आहे, 'आत्मबळ'.

आत्मबळ प्राप्त करण्यासाठी ज्या शक्ती आहेत,

त्या आपल्याला स्वतःकडूनच मिळतात.

त्या आपल्याला सेल्फचा अनुभव करून देतात,

आणि सेल्फच्या गुणांबद्दलही सांगतात.

हे गुण आहेत - प्रेम... आनंद... मौन

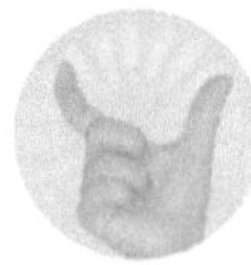

स्वीकार मंत्र मुद्रा

सरश्री
एक अल्प परिचय

सरश्रींचा आध्यात्मिक शोध त्यांच्या बालपणापासूनच सुरू झाला होता. हा शोध सुरू असताना त्यांनी अनेक प्रकारच्या पुस्तकांचा अभ्यास केला. त्याचबरोबर आपल्या आध्यात्मिक शोधात मग्न राहून त्यांनी अनेक ध्यानपद्धतींचा अभ्यास केला. त्यांच्या या शोधाने त्यांना अनेक वैचारिक आणि शैक्षणिक संस्थांमध्ये जाण्यासाठी प्रेरित केले.

सत्यप्राप्तीच्या शोधासाठी जास्तीत-जास्त वेळ देता यावा, या तीव्र इच्छेने त्यांना, ते करत असलेले अध्यापनाचे कार्य त्याग करण्यास प्रवृत्त केले. जीवनाचे रहस्य समजण्यासाठी त्यांनी बराच काळ मनन करून आपले शोधकार्य सतत सुरू ठेवले. या शोधाच्या शेवटी त्यांना 'आत्मबोध' प्राप्त झाला. आत्मसाक्षात्कारानंतर त्यांना जाणवले, की सत्यापर्यंत पोहोचण्याच्या प्रत्येक मार्गांत एकच सुटलेली कडी (मिसिंग लिंक) आहे आणि ती म्हणजे 'समज' (Understanding).

सरश्री म्हणतात, 'सत्यप्राप्तीच्या सर्व मार्गांचा आरंभ वेगवेगळ्या प्रकारे होतो, परंतु सर्वांचा शेवट मात्र 'समजे'ने होतो. ही 'समज'च सर्व काही असून, ती स्वतःच परिपूर्ण आहे. आध्यात्मिक ज्ञान प्राप्तीकरिता या 'समजे'चे श्रवणसुद्धा पुरेसे आहे' हीच 'समज' प्रदान करण्यासाठी सरश्रींनी 'तेजज्ञानाची' निर्मिती केली. तेजज्ञान ही आत्मविकासातून आत्मसाक्षात्कार प्राप्त करण्याची संपूर्ण ज्ञानप्रणाली आहे.

सरश्रींनी दोन हजारांहून अधिक प्रवचने दिली आहेत आणि ऐंशीपेक्षा जास्त पुस्तकांची रचना केली आहे. ही पुस्तके दहापेक्षा अधिक भाषांमध्ये रूपांतरित केली गेली असून, पेंग्विन बुक्स, हे हाऊस पब्लिशर्स, जयको बुक्स, हिंद पॉकिट बुक्स, मंजुल पब्लिशिंग हाऊस, प्रभात प्रकाशन, राजपाल ॲण्ड सन्स इत्यादी प्रमुख प्रकाशन संस्थांद्वारा प्रकाशित केली गेली आहेत. सरश्रींच्या शिकवणीने लाखो लोकांच्या जीवनात परिवर्तन घडलं आहे. तसेच संपूर्ण विश्वाची चेतना वाढवण्यासाठी कित्येक सामाजिक कार्यांची सुरुवातही केली आहे.

●

▪ तेजज्ञान फाउंडेशन परिचय ▪

तेजज्ञान फाउंडेशन आत्मविकासातून आत्मसाक्षात्कार प्राप्त करण्याचा एक मार्ग आहे. यासाठी सरश्रींद्वारा एक अनोखी बोधप्रणाली (System for Wisdom) निर्माण झाली आहे. या प्रणालीला आंतरराष्ट्रीय प्रमाणपत्राद्वारे ISO ९००१:२००८ च्या आवश्यकतेनुसार आणि निकष पडताळून सरळ, व्यावहारिक आणि प्रभावी बनवलं गेलं आहे.

या संस्थेच्या प्रबोधनपद्धतीच्या भिन्न पैलूंना (शिक्षण, निरीक्षण आणि गुणवत्ता) स्वतंत्र गुणवत्ता परीक्षकांद्वारे (Quality Auditors) क्रमबद्ध पद्धतीने पडताळलं गेलं. त्यानंतर या पैलूंना ISO ९००१:२००८ साठी पात्र समजून या बोधपद्धतीला हे प्रमाणपत्र प्रदान करण्यात आलं.

या फाउंडेशनचे लक्ष्य आहे नकारात्मक विचारांकडून सकारात्मक विचारांकडे वाटचाल. सकारात्मक विचारांकडून शुभ विचारांकडे म्हणजे हॅपी थॉट्सकडे प्रगती. शुभ विचारांकडून निर्विचार अवस्थेकडे मार्गक्रमण आणि निर्विचार अवस्थेच्या अंती आत्मसाक्षात्कार प्राप्ती. 'मी सर्व विचारांपासून मुक्त व्हावे' हा विचार म्हणजे शुभ विचार (हॅपी थॉट्स). 'मी प्रत्येक इच्छेपासून मुक्त व्हावे', अशी इच्छा म्हणजे शुभ इच्छा.

तेजज्ञान म्हणजे ज्ञान व अज्ञान या दोहोंच्या पलीकडचे ज्ञान. पुष्कळ लोक सामान्य ज्ञानाच्या (General Knowledge) माहितीलाच ज्ञान मानतात. परंतु अस्सल ज्ञान आणि नुसती माहिती यांत फार मोठे अंतर आहे. आजमितीला लोक सामान्य ज्ञानाच्या उत्तरांनाच जास्त महत्त्व देतात. अशा ज्ञानाचे विषय म्हणजे कर्म आणि भाग्य, योग आणि प्राणायाम, स्वर्ग आणि नरक इत्यादी. आजच्या युगात सामान्यज्ञान प्राप्त करणारे लोक, शिक्षक मोठ्या प्रमाणावर आहेत; परंतु हे ज्ञान ऐकून जीवनात परिवर्तन घडून येत नाही. असे ज्ञान म्हणजे केवळ बुद्धिविलास आहे किंवा अध्यात्माच्या नावावर चाललेला बुद्धीचा व्यायाम आहे.

सर्व समस्यांवरील उपाय आहे तेजज्ञान. क्रोध, चिंता आणि भय यांपासून मुक्त जीवन म्हणजे तेजज्ञान. शारीरिक, मानसिक, सामाजिक, आर्थिक आणि आध्यात्मिक प्रगतीचा, सर्वांगीण प्रगतीचा मार्ग आहे तेजज्ञान. तेजज्ञान आपल्या अंतरंगात आहे. येथे या आणि या गोष्टीचा अनुभव घ्या.

आपल्याला असे ज्ञान हवे आहे, की जे सामान्य ज्ञानापलीकडे आहे, जे प्रत्येक समस्येवरील उत्तर आहे, जे प्रत्येक समजुतीपासून, गृहीत धारणांपासून आपल्याला मुक्त करते, ईश्वरी साक्षात्कार घडवते, अंतिम सत्यात स्थापित

करते. आता वेळ आली आहे शाब्दिक, सामान्यज्ञानातून बाहेर येऊन तेजज्ञानाचा अनुभव घेण्याची!

आजवर जप-तप, तंत्र-मंत्र, कर्म-भाग्य, ध्यान-ज्ञान, योग-भक्ती असे अनेक मार्ग अध्यात्मात सांगितले आहेत. या सर्व मार्गांनी प्राप्त होणारी अंतिम समज, अंतिम ज्ञान, बोध एकच आहे. अंतिम सत्याच्या शोधकाला, साधकाला शेवटी जी एकच 'समज' प्राप्त होते, ती 'समज' श्रवणानेसुद्धा प्राप्त होऊ शकते. अशा समजप्राप्तीसाठी श्रवण करणे यालाच तेजज्ञान प्राप्त करणे म्हटले गेले आहे. तेजज्ञानाच्या श्रवणाने सत्याचा साक्षात्कार घडतो, ईश्वरीय अनुभव मिळतो. हेच तेजज्ञान सरश्री महाआसमानी शिबिरात प्रदान करतात.

●

महाआसमानी शिबिर (निवासी)

आपल्या मनात सत्यप्राप्तीची तृष्णा, आकांक्षा असेल, तर महाआसमानी शिबिरात आपलं स्वागत आहे. येथे या समजेत आपल्याला सहभागी केलं जातं.

महाआसमानी शिबिरात अस्सल अध्यात्म आणि सरळ सत्य यांविषयी तीन भागांत सांगितलं जातं. १) प्रत्येक क्षण वर्तमानात जगणं. वर्तमान म्हणजे न भूतकाळाचं ओझं, न भविष्याची चिंता. २) 'मी कोण आहे' हे अनुभवाने जाणणं. ३) स्वानुभवात स्थापित होणं. हे शिबिर संपूर्णतःसरश्रींच्या मार्गदर्शनावर आधारित आहे.

स्वबोध म्हणजे 'आपण वास्तवात जे आहोत' हे जाणण्यासाठी आलेले सर्व लक्ष्यार्थी महाआसमानी शिबिराचा लाभ घेतात. हे शिबिर वर्षातून सात ते आठ वेळा घेतलं जातं, त्याचा फायदा हजारो लोक आज घेत आहेत.

प्रत्येक सत्यप्रेमीने चेतनेची दौलत वाढविण्यासाठी, तसेच अंतिम सफलता प्राप्त करण्यासाठी हे शिबिर करणं अनिवार्य आहे. महाआसमानी शिबिरात ईश्वरीय ज्ञान (Self Realisation) प्राप्त झाल्यानंतर आपण पूर्वी जसे होता तसे राहात नाही. सर्व काही बदलतं. नकली आनंदापासून दूर राहून आपण खऱ्या आनंदपथावर वाटचाल कराल.

महाआसमानी ज्ञान मिळवण्याची तयारी प्रत्येक सत्यशोधक आपल्या जवळच्या तेजस्थानावर जाऊन करू शकतो. आपण महाआसमानी शिबिराची तयारी फाउंडेशनमध्ये उपलब्ध असलेल्या पुस्तक, सी.डी. आणि कॅसेट्सच्या श्रवणाद्वारे करू शकता. याव्यतिरिक्त टीव्ही आणि रेडिओद्वारे सरश्रींच्या प्रवचनांचा लाभही घेऊ शकता. पण एक गोष्ट मात्र आवर्जून लक्षात ठेवावी लागेल, पुस्तक, कॅसेट्स, टीव्ही, रेडिओवरील प्रवचनं म्हणजे तेजज्ञान नसून केवळ शिबिराचा परिचय आहे. तेजज्ञानाचा आनंद आपण महाआसमानी शिबिरात सहभागी होऊनच मिळवू शकाल.

महाआसमानी शिबिराची तयारी खालील तेजस्थानांवर करून घेतली जाते. पुणे, सांगली, कोपरगाव, बार्शी, सातारा, जळगाव, अहमदाबाद, कोल्हापूर, नाशिक, अहमदनगर, औरंगाबाद, जुनागड, बारामती, मालेगाव, मुंबई, नागपूर, दिल्ली, हैदराबाद, भोपाळ, रायपूर, चेन्नई.

आपण महाआसमानी शिबिरामध्ये भाग घेऊन आपला सत्याचा शोध पूर्ण करू शकता. या शिबिरासाठी भोजन आणि राहण्याची व्यवस्था केली जाते (यासाठी आपल्याला मनन आश्रम, पुणे येथे येऊन राहावे लागते).

आपल्याला जर काही शारीरिक व्याधी असेल आणि तिच्यासाठी आपण नियमितपणे औषध घेत असाल तर कृपया येताना आपली औषधे सोबत आणावी. वातावरणानुसार गरम कपडे, स्वेटर, ब्लँकेटही आणावे.

पुणे सेंटर : **(रजिस्टर्ड पत्ता)**
विक्रांत कॉम्प्लेक्स, तपोवन मंदिराजवळ, पिंपरी,
पुणे - ४११ ०१७.
फोन : ०२०-२७४११२४०, २७४१२५७६
मुंबई सेंटर : ५०३, सिद्धी बिल्डिंग, कांदिवली स्टेशनजवळ, अकुर्लीरोड,
कांदिवली ईस्ट, मुंबई - ४०० १०१ फोन : ९३२२१७१३०७
दिल्ली सेंटर : बायहार्ट तेजस्थान, ४४, अनंत राम कॉम्प्लेक्स, सेक्टर १३,
आर. के. पुरम, न्यू दिल्ली - ११० ०६६.
फोन : ०११-३२९५१२१०, ०९८९१०५९८७५

आगामी महाआसमानी (निवासी) शिबिरामध्ये आपले स्थान आरक्षित करण्यासाठी त्वरित संपर्क करा – ०९९२१००८०६०, ०९०११०१३२०८

महाआसमानी (निवासी) शिबिर 'मनन आश्रम' येथे आयोजित केले जाते. हा आश्रम पुणे शहराच्या बाह्य क्षेत्रात पर्वत रांगामध्ये आणि असीम नैसर्गिक सौंदर्यामध्ये वसलेला आहे. या आश्रमामध्ये महिलांसाठी व पुरुषांसाठी वेगवेगळी अशी स्वतंत्र व्यवस्था असून एकूण ६०० लोकांच्या निवासाची व्यवस्था आहे. हा आश्रम पुणे शहरापासून १७ कि.मी. अंतरावर आहे. पुण्याला पोहचण्यासाठी महामार्ग, रेल्वे तसेच विमान वाहतुकीची व्यवस्था सहज उपलब्ध आहे.

महाआसमानी (निवासी) शिबिरस्थान

मनन आश्रम, पुणे : सर्व्हे नं. ४३, सणस नगर, नांदोशी गाव, किरकटवाडी फाटा, तालुका - हवेली, जिल्हा - पुणे - ४११ ०२४.
फोन : ०२०-२४३२१९२५, ०९९२१००८०६०

www.ingramcontent.com/pod-product-compliance
Lightning Source LLC
LaVergne TN
LVHW040743051026
849519LV00007BA/2438